May
Expiration
Date
Ba Ang True Love?

Dedicated to my ever supportive and loving wife,

Maridel

and

our two treasures,

David

and

Gwyneth

Thank you for supporting all my elusive dreams and for always believing in me I love all of you to the moon and back!

Published by
ABMENESES
(addmediacreatives@gmail.com)
9 Benefit St. GSIS Village, Brgy. Sangandaan, Quezon City, 1116

ISBN - EPub **978-621-8458-49-9**
Softbound/Paperback **978-621-8458-48-2**
Hardbound **978-621-8458-47-5**
PDF *(downloadable)* **978-621-8458-50-5**

Panimula

Sino ba ang mag-aakalang na ang isang dalagang nangangarap ng simpleng buhay ay mapapadpad sa mundo ng mamahaling mansyon, lihim na kasunduan at isang lalaking mas mailap pa sa ulan sa tag-araw? Si Gabriela — isang rebeldeng anak, pasaway na estudyante, ay magiging sentro ng isang di-pangkaraniwang kuwento ng sakripisyo, kalayaan, at *(abracadabra!)* pag-ibig.

Nagsimula ang lahat sa isang kasunduang hindi niya ginusto, pero tinanggap alang-alang sa pamilya. Isang desisyong hinding-hindi niya inakala. Nasira ang lahat ng kanyang pangarap dahil may ibang plano sa kanya ang isang misteryosong negosyante na parang character sa isang horror movie na hindi mo alam kung kailan susulpot.

Hindi niya ito pinangarap. Hindi rin niya ito hiniling.

Pero isang araw, basta na lang dinala si Gabbi ng kapalaran sa isang pamilyar ngunit banyagang mundo. Isang mundo ng katahimikan na nakakabingi, mga lihim na tila nakasabit sa bawat sulok, at mga tanong na ayaw sagutin ng kahit sinong naroon. Parang isang malaking bahay-ampunan ng misteryo.

May kasunduang pinasukan. May pangakong binitiwan. Mayroon din bang sumpa na kaakibat ang lahat ng ito?

Sa isang mansyon na tila walang oras, kung saan ang bawat minuto ay tila oras, sa ilalim ng mga ilaw na walang init, nagsimula ang kuwento ng isang dalaga at isang lalaking hindi kailanman nagtanong kung ano ang tama dahil pareho silang abala sa ginagawa nilang mali. O tama rin ba, sa bandang huli?

Hindi natin alam. Pero ang alam natin—minsan, ang pinakaimportanteng mga kuwento ay nagsisimula sa mga bagay na hindi natin naiintindihan, sa mga desisyong tila mali sa umpisa, pero nagbubunga ng mga bagay na higit pa sa ating inaasahan.

ABMeneses

Episode 1

Ang Nakakapanginig Balahibong Proposal

"Ayoko na ng paliguy-ligoy pa, Gabbi. Diretsohin na natin 'to — gusto kita. At bago mo isipin kung anong klaseng gusto 'yan, eto na: gusto kitang maging aking...inamorata, ehem... kabit. Kung gusto mo ng mas sosyal na term, 'mistress' na lang."

Parang binuhusan ng yelo si Gabbi. Hindi siya agad nakasagot. Naramdaman niya ang panlalamig ng kanyang mga kamay at ang mabilis na pagtibok ng kanyang puso. Gets naman niya ang ibig sabihin ng 'mistress', pero ni sa hinagap hindi niya inakala na manggagaling ang ganung kabastusan sa lalaking mataas ang pagtingin niya.

"K-Kabit? Ako?" tanong ni Gabbi, halos hindi makapaniwala sa narinig. Napahawak siya sa dibdib niya, parang gustong pigilan ang pagkabog nito.

"Yup, ikaw na nga. At pansamantala lang naman. Malay mo, baka pagsawaan din agad kita," sagot ni Mr. de Guzman, sabay kindat na para bang ang kanyang iniaalok ay isang simpleng pabor lang.

"Excuse me po? Parang hindi ko yata narinig ng maayos," sabi ni Gabbi, nagbibigay pa ng chance na baka nagkamali lang siya ng pagkakaintindi. "Baka naman joke lang 'to? Kasi kung joke man, hindi po siya nakakatawa."

"Joke? Seryoso ako, Gabbi. Alam mo naman na wala na si misis. At ikaw... well, napansin ko na lumaki ka na. Hindi ka na 'yung batang nakakasalubong ko noon sa subdivision," sagot ni Mr. de Guzman habang pinagmamasdan si Gabbi mula ulo hanggang paa.

Napapaurong si Gabbi sa narinig. Para siyang kinuryente sa kapal ng mukha ng kaharap. Ramdam niya ang pag-init ng kanyang mga pisngi sa sobrang galit at hiya.

"Grabe naman kayo, Sir! Wala man lang kayong kahihiyan? Hindi ba kayo nahihiya sa sinasabi n'yo? Eh halos kaedad n'yo na po ang tatay ko!"

****

At tama naman si Gabbi. Twenty-five years ang agwat nila. Eighteen lang si Gabbi samantalang si Mr. de Guzman ay forty-three na. Biyudo na ito—namatay ang asawa isang taon na ang nakalipas dahil sa matagal na karamdaman. Hindi rin sila nagkaanak dahil sa sunud-sunod na pagkalaglag.

"Ay naku, age is just a number, ika nga nila. Mas experienced ako, mas stable financially, at alam ko kung paano alagaan ang isang babae," sagot ni Mr. de Guzman, sabay hawak sa braso ni Gabbi.

Mabilis na inilayo ni Gabbi ang kanyang braso.

"Don't touch me! Kadiri ka talaga!"

"(Snicker!) Hala ka, Gabbi, let's be real. Sayang oras mo sa mga kaedad mong puro forma lang ang alam! Ano bang mapapala mo sa kanila? Baka buntis lang ang iabot sa'yo. Ako? I can give you EVERYTHING — shopping, travel, gadgets, at kung anik-anik pa. Huwag ka nang choosy, 'ika nga!"

"Wow ha, so ganun na lang? Akala mo ba lahat ng babae nabibili? Na pwede mo lang i-dangle ang pera mo sa harap ko at susunod na ako sa lahat ng gusto mo?" sagot ni Gabbi, hindi makapaniwala sa kabastusan ng dating respetadong kapitbahay.

"Hindi naman sa lahat ng babae. Pero ikaw? Kilala kita, Gabbi. Nakikita ko kung paano ka magsuot, kung paano ka makipag-usap sa mga lalaki sa barkada mo. May potential ka," sagot ni Mr. de Guzman na may mapang-akit na ngiti.

"Potential? As what? As your kabit? Sheesh! Ang kapal talaga ng mukha mo!" sigaw ni Gabbi, hindi na napigilan ang galit.

"Lower your voice, baka may makarinig. Hindi naman kailangan malaman ng buong subdivision ang usapan natin," sabi ni Mr. de Guzman, sabay tingin sa paligid.

"Bakit, nahihiya ka ba? Akala ko ba proud ka sa offer mo? Baka gusto mong i-announce ko pa sa Facebook? 'Attention everyone, si Mr. de Guzman, ang dating respetadong businessman ng subdivision natin, ay naghahanap pala ng kabit!'" sagot ni Gabbi, sabay tawa ng mapait.

Pilit kinakalma ni Gabbi ang sarili niya, pero ramdam niya ang pagkulo ng dugo sa kanyang mga ugat.

"Sir, with all due respect, hindi niyo po problema kung gusto kong makipaglandian sa mga lalaki na trip ko. Buhay ko 'to. Akin 'to. At ako ang magdedesisyon kung paano ko ito gustong patakbuhin."

"Ay, may attitude! I like that. Mas exciting kapag may konting resistance," sagot ni Mr. de Guzman, sabay tawa.

"Alam mo, Mr. de Guzman, akala ko noon mabait ka. Akala ko noon, isa kang respetadong tao. Pero ngayon? Nakakadiri ka. As in super kadiri. Paano mo nagagawang tingnan ako ng ganyan eh kilala mo ako since bata pa ako?" tanong ni Gabbi, nanginginig ang boses sa galit.

* * * * * * * * * * *

Si Gabriella — o Gabbi, as in Gabbi na may dalawang "b" para daw sosyal — ay maganda in her own way. Meron siyang dating at charm na hindi madaling balewalain. Matalino rin siya; consistent honor student dati. Pero noong nag senior high, parang biglang nawala ang gana sa pag-aaral. Mas pinili ang barkada, gala, at endless na gimikan. School? Deadma na. Party-party muna!

"Exactly! Kilala kita since bata ka pa. Nakita kitang lumaki at namulat. At ngayon, nakikita ko kung gaano ka kaganda," sagot ni Mr. de Guzman, sabay sulyap sa katawan ni Gabbi.

"Alam mo, Mr. de Guzman, kung buhay pa ang asawa n'yo, sigurado akong madi-disappoint siya sa 'yo. Baka magulat pa siya na ganito ka pala talaga," sabi ni Gabbi, alam na masakit ang mga salitang bibitawan niya.

Nagdilim ang mukha ni Mr. de Guzman. "Wag mong idamay ang asawa ko sa usapan na 'to."

"Bakit, nahihiya ka ba? Eh ikaw naman ang unang nagbastos dito. Ikaw ang unang lumabag sa respeto," sagot ni Gabbi, hindi na napigilan ang luha sa mga mata.

Pero imbes na mapahiya, nakuha pa ni Mr. de Guzman na mang-insulto pa.

"Ay naku, halata naman! Mukhang boys talaga ang weakness mo. Hahaha! Sa dami ng boys sa paligid mo, hindi na ako magugulat kung graduate ka na ng... pagiging nanay bago ka pa makakuha ng diploma! Hahaha!"

"Haaiisst! Ang bastos mo talaga! Paano mo nasasabi 'yan? Porket nakikita mo akong kasama ang mga kaibigan ko, iniisip mo na agad na ganun ako? Grabe ka!" sigaw ni Gabbi, hindi makapaniwala sa sinasabi ng matanda.

"Aba, hindi ba? Lagi kitang nakikitang nakadikit sa kung sino-sinong lalaki. Minsan nga, nakita pa kitang umiinom sa bar sa labas ng subdivision. Eighteen ka pa lang pero parang thirty na ang lifestyle mo," sagot ni Mr. de Guzman, sabay tawa.

Napangiwi si Gabbi. Tapos naalala niyang madalas siyang nakikita ng matandang ito na kasama ang mga barkadang ng mga lalaki. Grabe. Stalker pala 'tong matandang 'to.

"So, ini-stalk mo ako? Creepy mo talaga! Aiiieee! Kadiri!" sigaw ni Gabbi, sabay yakap sa sarili na parang nandidiri.

"Hindi naman kita ini-stalk. Nakikita lang kita. Maliit lang ang subdivision natin, remember? At saka, hindi ba dapat flattered ka? May nagkakagusto sa'yo na successful businessman," sagot ni Mr. de Guzman, sabay ngiti.

"Eh ano ngayon?! At least hindi ikaw ang kasama ko! Hindi katulad mo – kadiring matanda!"

"Aba, teka lang, Gabbi. Feeling mo lang 'yan. Kung 'sarap' lang ang pag-uusapan, kaya kong makipagsabayan sa mga boypren mo! At mas marami pa akong pwedeng i-offer kaysa sa kanila. Gusto mo, pakitaan pa kita ng moves?"

"Moves? Anong moves? Yung arthritis moves mo? O baka naman heart attack moves? Kasi sa edad mong 'yan, baka hindi mo na kaya," sagot ni Gabbi, sabay tawa ng mapang-asar.

"Hoy, batang 'to! Wag mong minamaliit ang kakayahan ko. Fit pa ako, nag-gy-gym pa nga ako every weekend. At saka, experienced na ako. Hindi katulad ng mga batang 'yan na puro kabig lang ang alam," sagot ni Mr. de Guzman, medyo napikon.

"Kadiri ka, Mr. de Guzman! As in kadiring-kadiri! Yung presence mo lang, parang gusto ko nang sumuka! Akalain mo, ikaw pa 'tong tinitingala ko dati. Kung alam ko lang noon..."

"Ano? Na gusto kitang maging kabit? Eh ano naman? Natural lang 'yan. Lalaki ako, maganda ka. Chemistry lang 'yan," sagot ni Mr. de Guzman, sabay kibit-balikat na parang walang malisya ang sinabi niya.

"Chemistry? Baka biology! Kasi basic animal instinct lang 'yang pinapairal mo! Walang class, walang breeding!" sigaw ni Gabbi, sabay turo kay Mr. de Guzman.

"Hay naku! Drama queen. Kung ayaw mo, edi don't! Madami pang mas magaganda sa'yo na willing maging kabit ko! Your loss, not mine!"

At bigla na lang siyang nilagpasan, parang wala lang. Naiwang pulang-pula si Gabbi, galit na galit.

"Hoy! San ka pupunta? Hindi pa ako tapos makipag-usap sa'yo!" sigaw ni Gabbi, pero hindi na siya pinansin ni Mr. de Guzman.

"Grabe talaga! Ang kapal ng mukha! Paano niya nagagawang mag-alok ng ganun sa akin? Ako? Kabit? Never!" bulong ni Gabbi sa sarili habang pinapanood na papalayo si Mr. de Guzman.

((((((((((0))))))))))

"Uy! O siya nga ba 'to? Anak ka ng Navarro family, 'di ba? Kamusta ka na?"

Habang paliko si Gabbi sa kanto ng subdivision, bigla siyang nabunggo sa mag-asawang de Guzman. Noon 'yon — noong buhay pa si misis. At super saya ni Gabbi na napansin siya ng mga ito.

"Ay ayos lang po ako, ma'am...sir!" sagot niya, proud pero medyo kabado.

"Ano nga ulit pangalan mo, iha?" tanong ni Mrs. de Guzman, nakangiti.

"Gabriella po...pero Gabbi na lang. Italian po 'yan! Ibig sabihin, 'woman of God'. Nag-research po ako!" sagot ni Gabbi, sabay ngiti ng proud.

"Wow, ang galing naman! Alam mo pala ang meaning ng name mo," sabi ni Mrs. de Guzman, impressed sa batang Gabbi.

"Opo, ma'am! Importante po kasi sa akin na alam ko kung sino ako at saan ako nanggaling," sagot ni Gabbi, sabay tayo ng tuwid para magmukhang mas mature.

"Wow ha, matalino pala itong batang 'to," ani Mrs. de Guzman.

"Opo ma'am! Actually, top student po ako sa klase namin!" sagot ni Gabbi na parang gustong umikot ang spotlight sa kanya.

"Talaga? Ang galing naman! Anong favorite subject mo?" tanong ni Mrs. de Guzman, genuinely interested.

"Math po! Kasi po, gusto kong maging accountant paglaki ko. Tulad po ni Daddy," sagot ni Gabbi, sabay ngiti.

"Naku ha, beauty and brains pa! Ilang taon ka na ba ngayon? Anong grade mo na?"

"Grade six po, ma'am. Twelve years old po ako!"

"Ay next year high school ka na! Aba, siguradong pagkaguluhan ka na ng mga boys niyan," ani Mrs. de Guzman, parang kilig na tita sa family reunion.

"Ay naku, ma'am! Hindi po ako interested sa boys. Studies first po ako," sagot ni Gabbi, sabay tawa ng nahihiya.

"Talaga? Buti naman. Dapat ganyan, focus muna sa pag-aaral," sabi ni Mrs. de Guzman, sabay tingin kay Mr. de Guzman na tahimik lang na nakikinig.

Napatawa si Gabbi, medyo nahiya.

Pero biglang singit ni Mr. de Guzman, "Focus muna sa studies, ha? Sayang ang talino mo."

"Hoy Gordon," sabat ni misis, "bata pa 'yan. Hayaan mo munang mag-enjoy!"

"Ha! Ha! Ha! Oo na, oo na. Pero sayang naman kung hindi niya mapakinabangan yung galing niya. Bright kid, for sure!"

"Naku, Mr. de Guzman, hindi naman po ako ganun katalino. Average lang po," sagot ni Gabbi, sabay yuko ng ulo.

"Wag kang mag-humble humble diyan. Alam ko na top student ka. Proud ka dapat diyan," sabi ni Mr. de Guzman, sabay tapik sa balikat ni Gabbi.

Nilapit ni Mr. de Guzman si Gabbi, sabay gulo sa buhok nito.

"O, Gabbi. Promise ko sa'yo — kapag ikaw ang nag-top sa college, ako na agad ang kukuha sa'yo! High salary, full benefits, tsaka may libre pang kape araw-araw!"

"Talaga po? Promise po 'yan ha?" tanong ni Gabbi, sabay tingin kay Mr. de Guzman na parang nakakita ng superhero.

"Of course! Bakit naman ako magsisinungaling sa'yo? Basta mag-aral ka lang ng mabuti," sagot ni Mr. de Guzman, sabay ngiti.

Ngiting-ngiti si Gabbi, namula pa nga sa kilig.

"Hi! Hi! Hi! Baka naman puro bola lang 'yan ha," pang-aasar ni misis.

"Hindi 'no! Iba siya! Special!"

"Ganyan din sabi mo sa pamangkin ko dati..."

"Eh hindi naman niya kinaya expectations ko..."

+ + + + + + + + + +

"Ay, nag-away pa sila! Ang cute niyo po talaga," sabi ni Gabbi, sabay tawa.

"Ganito talaga kami, Gabbi. Pero mahal na mahal ko 'tong mister ko kahit minsan napaka-demanding niya," sabi ni Mrs. de Guzman, sabay akbay ksa asawa

"At mahal na mahal din kita, mahal ko," sagot ni Mr. de Guzman, sabay halik sa noo ni Mrs. de Guzman.

At dahan-dahan nang lumayo ang mag-asawa, na parang eksena sa telenovela — sweet, makulit, at perfect. Tinatanaw pa rin sila ni Gabbi habang papalayo.

+ + + + + + + + + +

"(Sigh) Grabe, bagay na bagay sila. Parang fairytale couple!"

Tapos bumalik ang tingin niya kay Mr. de Guzman.

"Ang guwapo pala talaga ni Mr. de Guzman. At ang bait pa niya kay misis. Ang swerte ni Mrs. de Guzman! Sana may mahanap din akong lalaking kasing sweet niya..."

Habang naglalakad pauwi, hindi maalis ni Gabbi ang ngiti sa kanyang mga labi. Parang nakakita siya ng real-life love story na gusto niyang ma-experience din balang araw.

"Hay, sana all talaga. Sana all may ganyang klaseng love story," bulong niya sa sarili.

+ + + + + + + + + +

Ang bahay ng mga de Guzman ay mansion na may mala-resort na garden sa harap, katapat lang ng townhouse nina Gabbi. Halos lahat ng handaan nila, invited ang pamilya ni Gabbi — fiesta, birthday, Christmas, kahit graduation.

"Gabbi, anak! Tulungan mo nga ako dito sa mga bitbit ko," sigaw ng nanay ni Gabbi mula sa gate ng bahay nila.

"Opo, Ma! Coming!" sagot ni Gabbi, sabay takbo papunta sa nanay niya.

"Kanina ka pa diyan sa labas ah. Sino kausap mo?" tanong ng nanay niya habang inaabutan si Gabbi ng mga grocery bags.

"Ay, nakasalubong ko po sina Mr. at Mrs. de Guzman. Ang bait nila, Ma! Kinakamusta nila ako," sagot ni Gabbi, excited na ikwento ang encounter niya.

"Ganun? Mabait talaga yang mga 'yan. Lalo na si Mr. de Guzman, ang dami niyang natutulungan dito sa subdivision," sabi ng nanay ni Gabbi habang binubuksan ang pinto ng bahay nila.

"Oo nga po, Ma. Sabi ni Mr. de Guzman, kapag nag-top daw ako sa college, kukunin niya ako sa company niya. High salary daw, with benefits pa!" kwento ni Gabbi, sabay lagay ng mga grocery sa kitchen counter.

"O, nakita mo? Kaya dapat mag-aral kang mabuti. Maraming opportunities ang darating sa'yo kung matalino ka," sabi ng nanay niya, sabay haplos sa buhok ni Gabbi.

+ + + + + + + + + + +

At hindi lang sila mayaman. Kilala rin ang mga de Guzman na generous at mapagbigay. Hindi madamot, walang pinipili — basta nangangailangan ka, tutulungan ka. Kahit na minsan, niloloko na sila ng iba. Pero sige pa rin ang ayuda.

"Ma, totoo ba na tinulungan tayo nina Mr. de Guzman noong nagkaproblema tayo sa printing business?" tanong ni Gabbi habang tumutulong mag-ayos ng mga pinamili.

"Oo, anak. Malaking tulong ang binigay nila sa atin noon. Kung hindi dahil sa kanila, baka nagsara na ang business natin," sagot ng nanay niya, medyo malungkot ang tingin.

"Grabe, ang bait nila talaga," sabi ni Gabbi, amazed sa generosity ng mga de Guzman.

Lagi ngang may nakapilang tao sa labas ng bahay nila para humingi ng tulong. At minsan, naging benepisyaryo rin ang pamilya ni Gabbi — lalo na noong medyo nagka-aberya ang kanilang printing business. Laking pasasalamat talaga nila kay Mr. at Mrs. de Guzman.

"Kaya nga dapat grateful tayo sa kanila, Gabbi. At sana, paglaki mo, maging katulad ka rin nila — mapagbigay at matulungin," sabi ng nanay niya, sabay ngiti.

"Opo, Ma. Promise, paglaki ko, tutulungan ko rin ang mga nangangailangan. Tulad nina Mr. at Mrs. de Guzman," sagot ni Gabbi, determinado.

((((((((((o))))))))))

Pero ngayon, habang iniisip niya lahat ng 'yon... napakuyom ang kamao ni Gabbi sa sobrang inis.

"Ugh! Sino bang mag-aakalang sa likod ng napakabait na anyo, e may tinatagong ka-cheapan at kalaswaan? Kawawa si Mrs. de Guzman. Baka nga ni hindi niya nalaman ang totoo sa asawa niya. Baka 'yun ang dahilan kung bakit siya maagang kinuha. Nadiskubre niya siguro ang kalandian ni Gordon at hindi na niya kinaya. Ang samaaa!!!"

Napaupo si Gabbi sa bench sa park ng subdivision, hindi makapaniwala sa nangyari. Parang gusto niyang umiyak, sumigaw, at manuntok ng sabay-sabay.

"Paano niya nagagawang tingnan ako ng ganun? Ako? Na kilala niya since bata pa ako? Na kaibigan ng pamilya nila? Grabe talaga," bulong niya sa sarili, sabay punas ng luha na tumutulo sa kanyang pisngi.

Kinuha niya ang cellphone niya at nag-scroll sa social media, trying to distract herself. Pero hindi niya maalis sa isip ang nangyari. Parang gusto niyang i-post ang kabastusan ni Mr. de Guzman para malaman ng lahat kung sino talaga siya.

"Pero hindi, hindi ako ganun kababa. Hindi ako magpapatalo sa kanya," sabi niya sa sarili.

Biglang tumunog ang phone niya. Text message mula sa nanay niya.

Anak, nasaan ka na? Mag-dinner na tayo.

Napabuntong-hininga si Gabbi. Paano niya sasabihin sa nanay niya ang nangyari? Paano niya sasabihin na ang taong tinulungan sila noon ay ganun pala kabastos?

"Arrrgh!" Napasigaw siya. "Hindi ako papayag na palampasin 'to! Sabihin ko 'to kay Mama. Humanda ka, matandang manyak! Sa akin ka nagkamali. Big, big mistake! As in...MEGA WRONG MOVE!"

Tumayo si Gabbi at determinadong naglakad pauwi. Hindi niya hahayaang makalusot si Mr. de Guzman sa ginawa niya. Hindi siya papayag na maging biktima ng kabastusan nito.

"Tingnan natin kung sino ang matatalo sa laban na 'to, Mr. de Guzman. Hindi mo ako kilala. Hindi mo alam kung gaano ako kalakas," bulong niya sa sarili habang naglalakad.

Alam ni Gabbi na kailangan niyang maging matatag. Kailangan niyang labanan ang kabastusan ni Mr. de Guzman, hindi lang para sa sarili niya, kundi para na rin sa ibang babae na posibleng maging biktima nito.

"Humanda ka, Mr. de Guzman. Hindi mo alam kung sino ang kinakalaban mo. Hindi mo alam kung gaano kita lalabanan," bulong niya sa sarili, determinadong harapin ang laban.

Episode 2

Ang Pagkamatay Ni Mrs. de Guzman

Nang pumanaw si Mrs. de Guzman, buong barangay ang nagluksa. Halos lahat ng tao, mayaman man o hindi, dumalaw para makiramay—kasama na ang pamilya ni Gabbi. Dumating pa ang mayor at ilang kilalang politiko para magbigay galang. Napatulala si Gabbi sa dami ng taong nakapila para makidalamhati.

* * * * * * * * * * *

"Grabe naman, parang buong Metro Manila yata nandito," bulong ni Gabbi sa nanay niya habang nakapila sila para magabot ng pakikiramay kay Mr. de Guzman.

"Ganyan talaga kapag kilala at respetado ang tao, anak. Si Mrs. de Guzman, bukod sa mayaman, kilala rin sa pagtulong sa maraming tao," sagot ng nanay niya, habang inaayos ang suot na itim na damit.

Napansin pa ni Gabbi ang ilang dating kaklase, at syempre, si Belinda—ang ex-BFF niya na dati'y hindi mahihiwalay sa kanya. Pero simula nung lumihis ang landas ni Gabbi, iniiwasan na niya ito na parang may rabies.

"(Sigh!) Ay naku, si Belinda pala," bulong ni Gabbi, sabay iwas ng tingin. "Sana hindi niya ako makita."

"Bakit naman? Dati kayong magkaibigan, di ba?" tanong ng nanay niya.

"Ma, please. That was so high school. Iba na kami ngayon. Siya, Miss Goody-Two-Shoes pa rin, ako naman, well, nag-grow up na," sagot ni Gabbi, sabay flip ng buhok.

"Nag grow up? Kung 'yan ang tawag mo sa pagbagsak ng grades at pag-cutting ng klase, aba, magkaiba tayo ng dictionary," sabi ng nanay niya, medyo napapailing.

"Ma, naman! Not now, please. May patay oh," sagot ni Gabbi, sabay nguso.

Habang palapit sila nang palapit sa harap kung nasaan si Mr. de Guzman, napansin ni Gabbi kung gaano ito kalungkot. Parang nawalan ng buhay ang mga mata nito, at halatang-halata ang pagod sa mukha. Naalala niya kung gaano sila ka-sweet ng asawa niya noon, at nakaramdam siya ng tunay na lungkot para sa matanda.

"Condolence po, Mr. de Guzman," sabi ni Gabbi nang makarating sila sa harap nito. "Mami-miss po namin si Mrs. de Guzman."

Tumingin si Mr. de Guzman kay Gabbi, at sa unang pagkakataon, nakita niya ang tunay na kalungkutan sa mga mata nito. Wala ang dating ningning, wala ang dating sigla.

"Salamat, Gabbi," sagot nito, mahina ang boses. "Mabait talaga si misis, 'no? Kahit sino, tinutulungan."

"Opo, sir. Napakabait po niya. Lagi po siyang nakangiti sa amin tuwing nakakasalubong namin siya," sagot ni Gabbi, sincere ang tono.

Dahil sa malungkot na pangyayari, naging mas malapit ang pamilya ni Gabbi kay Mr. de Guzman. Halatang-halata ang kawalan nito ng direksyon habang burol pa, kaya't kusa na silang tumulong sa pag-aasikaso ng lahat.

"Mr. de Guzman, kumain na po ba kayo? Nagdala po kami ng pagkain," alok ng nanay ni Gabbi, habang iniaabot ang isang container ng pancit.

"Ay, salamat po, Mrs. Navarro. Hindi pa nga po ako nakakakain since kaninang umaga," sagot ni Mr. de Guzman, sabay tanggap ng pagkain.

"Naku, dapat po kumakain kayo ng maayos. Mahaba-haba pa po ang mga susunod na araw," paalala ng nanay ni Gabbi.

"Opo, tama po kayo. Salamat po talaga sa tulong ninyo," sagot ni Mr. de Guzman, halatang nagpapasalamat.

Sa sobrang utang-na-loob ng matanda, halos yumuko na siya sa pasasalamat.

“Mr. de Guzman, huwag po kayong mag-alala. Kami na po ang bahala sa mga bisita. Magpahinga na lang po kayo,” sabi ng tatay ni Gabbi, habang inaakbayan ang matanda.

“Salamat, salamat talaga. Hindi ko alam kung paano ako makakabayad sa inyo,” sagot ni Mr. de Guzman, halos nanginginig ang boses.

“Wala po ‘yun, sir. Ganito naman po talaga ang mga Pilipino, nagtutulungan sa oras ng pangangailangan,” sagot ng tatay ni Gabbi.

Episode 3

Ang Pag-ikot ng Kapalaran

Parang sinabuyan ng malamig na tubig ang tadhana— hindi pa lumilipas ang isang taon, bigla namang pinagsakluban ng langit at lupa ang pamilya ni Gabbi.

Isang araw, habang nasa school si Gabbi, nakatanggap siya ng text mula sa nanay niya.

"Anak, emergency. Nasa ospital kami. Si Daddy mo, bumagsak sa trabaho. Pumunta ka agad dito."

Parang binuhusan ng yelo si Gabbi nang mabasa ang text. Agad siyang tumakbo palabas ng classroom, hindi na nagpaalam sa teacher.

"Miss Navarro! Saan ka pupunta?" sigaw ng teacher niya, pero hindi na siya lumingon.

Pagdating niya sa ospital, nakita niya ang nanay niya na umiiyak sa labas ng emergency room.

"Ma! Anong nangyari kay Daddy?" tanong ni Gabbi, hingal na hingal pa sa pagtakbo.

"Anak, hindi ko alam. Bigla na lang daw siyang nahilo sa office, tapos bumagsak. Buti na lang at agad siyang dinala ng mga katrabaho niya dito," sagot ng nanay niya, pinupunasan ang luha.

"Pero ano raw sabi ng doctor? Ano'ng nangyari sa kanya?" tanong ni Gabbi, nag-aalala.

"Hindi pa lumalabas ang doctor. Hinihintay pa natin ang resulta ng mga tests," sagot ng nanay niya.

Yun nga ang nangyari, bigla na lang bumagsak ang tatay niya sa trabaho. Buti na lang at naagapan sa ospital. Pero halos isang buwan siyang comatose.

"Ma, bakit hindi pa rin siya nagigising? One month na," tanong ni Gabbi habang nakaupo sila sa tabi ng kama ng tatay niya.

“Tinatry naman ng mga doctors ang lahat, anak. Pero kailangan nating maging patient. Magigising din si Daddy mo,” sagot ng nanay niya, bagamat halata ang pagod at pag-aalala sa mukha nito.

“Pero paano kung hindi na siya magising? Paano na tayo?” tanong ni Gabbi, hindi na napigilan ang luha.

“Huwag mong sabihin ‘yan, anak. Magigising si Daddy mo. Kailangan nating manalig,” sagot ng nanay niya, mahigpit na hinawakan ang kamay ni Gabbi.

****

Pagkatapos ng ilang pang araw ay nagising din si Daddy, pero parang naging gulay na—hindi makagalaw. Umabot pa ng anim na buwan ang gamutan bago siya tuluyang makauwi sa bahay.

“Daddy, kaya mo ba? Dahan-dahan lang,” sabi ni Gabbi habang tinutulungan ang tatay niyang maglakad mula sa wheelchair papunta sa kama.

“Kaya ko ‘to, anak. Konting practice pa,” sagot ng tatay niya, bagamat halatang nahihirapan.

“Naku, huwag mong pilitin ang sarili mo. Unti-unti lang,” sabi ng nanay ni Gabbi, habang inaayos ang unan sa kama.

“Hay naku, ang tagal ng recovery ko. Parang ang bagal-bagal,” reklamo ng tatay ni Gabbi.

“Daddy, okay lang ‘yan. Ang importante, buhay ka at kasama ka namin,” sagot ni Gabbi, sabay yakap sa tatay niya.

****

Akala nila ‘yun na ang pinakamasaklap. Pero nope, plot twist pa! Kahit naka-recover ang tatay ni Gabbi, hindi na ito nakabalik sa trabaho.

“Ma’am, pasensya na po talaga. Pero sa kondisyon ng mister ninyo ngayon...” sabi ng dating doctor ng tatay ni Gabbi, halatang nahihiya.

"Naiintindihan po namin naman. Salamat pa rin sa pagtulong ninyo sa amin," sagot ng tatay ni Gabbi, pilit na ngumingiti kahit halata ang disappointment.

"Daddy, okay lang 'yan. Maghahanap na lang tayo ng ibang work para sa'yo. Baka may pwede kang gawin from home," sabi ni Gabbi, trying to comfort her father.

"Hay, anak. Sa edad ko at kondisyon ko ngayon, mahirap na. Pero salamat sa encouragement," sagot ng tatay niya, sabay haplos sa ulo ni Gabbi.

Si Nanay naman, inalagaan si Tatay araw-gabi at napabayaan na ang maliit nilang printing business.

"Ma, bakit hindi na natin ino-operate ang shop?" tanong ni Gabbi isang araw.

"Anak, sino ang mag-aalaga kay Daddy mo? Hindi ko siya pwedeng iwanan mag-isa dito sa bahay," sagot ng nanay niya, habang nagluluto ng hapunan.

"Pero Ma, paano na ang business natin? Baka mawalan tayo ng customers," sabi ni Gabbi, nag-aalala.

"Alam ko, anak. Pero priority natin ngayon ang kalusugan ni Daddy mo. Kapag medyo okay na siya, babalik din tayo sa business," sagot ng nanay niya, bagamat halata ang pag-aalala sa mukha nito.

****

Unti-unting nawala ang kanilang mga customers, at sa huli, napilitan silang ibenta ang mga makina para lang may pambayad sa ospital. As in, paubos na ang lahat—pati ipon nila, parang bula!

"Ma, wala na ba talaga tayong choice? Kailangan na ba talagang ibenta ang mga makina?" tanong ni Gabbi, habang tinitingnan ang mga printing equipment na kanilang pinagkakakitaan.

"Wala na, anak. Ang laki ng bill natin sa ospital. At kailangan pa ng therapy ni Daddy mo," sagot ng nanay niya, halatang nahihirapan sa desisyon.

"Pero Ma, paano tayo kikita? Saan tayo kukuha ng pera?" tanong ni Gabbi, nag-aalala.

"Maghahanap ako ng trabaho, anak. Kahit part-time lang muna," sagot ng nanay niya, determinado.

****

Naghanap man ng raket si Nanay, pero dahil medyo senior citizen na, ni part-time walang gustong kumuha sa kanya.

"Ma, kumusta ang job hunting?" tanong ni Gabbi pagkauwi ng nanay niya isang araw.

"Hay, anak. Walang tumatanggap. Sabi nila, mas gusto nila ng mas bata. May experience daw ako, pero mas prefer nila 'yung may energy pa raw," sagot ng nanay niya, halatang pagod at disappointed.

"Grabe naman sila, Ma! Discrimination 'yan ah. Dapat i-report natin sila," sabi ni Gabbi, galit na galit.

"Hayaan mo na, anak. Ganyan talaga. Maghahanap na lang ulit ako bukas," sagot ng nanay niya, pilit na ngumingiti.

****

Kaya ayun, utang dito, utang doon. Hanggang sa dumating si Mr. de Guzman, parang fairy godfather.

"Mrs. Navarro, nabalitaan ko ang nangyari. Paano ba ako makakatulong?" tanong ni Mr. de Guzman isang araw nang bumisita ito sa bahay nila.

"Ay, Mr. de Guzman, nakakahiya naman. Okay lang po kami," sagot ng nanay ni Gabbi, halatang nahihiya.

"Huwag po kayong mahiya. Alam ko po ang pinagdadaanan ninyo. Kung kailangan ninyo ng pera o kahit na ano, huwag po kayong mag-atubiling lumapit sa akin," alok ni Mr. de Guzman.

"Naku, sobra-sobra na po ang tulong ninyo sa amin. Hindi na po namin alam kung paano kami makakabayad," sabi ng nanay ni Gabbi.

"Huwag po kayong mag-alala tungkol diyan. Kapag kaya na ninyo, saka na lang po kayo magbayad. Walang interest," sagot ni Mr. de Guzman, nakangiti.

Hindi na nagtatanong, basta kapag lumapit si Nanay, nagbibigay siya ng pautang. Paminsan-minsan, may pa-grocery pa!

"Mrs. Navarro, may extra po akong groceries. Baka gusto ninyo," sabi ni Mr. de Guzman isang araw, habang may bitbit na dalawang malalaking eco bag.

"Ay, Mr. de Guzman, nakakahiya naman po. Ang dami-dami niyan," sagot ng nanay ni Gabbi, nagulat sa dami ng groceries.

"Wala po 'yan. Sobra lang po sa bahay. Ako lang naman magisa doon, hindi ko mauubos 'yan," paliwanag ni Mr. de Guzman.

Ang palusot niya, "Sobrang dami kasi stock sa bahay, baka masira lang." Pero sa totoo lang, gusto lang niya tumulong nang hindi nakakahiya. Dahil dito, parang triple ang respeto ni Gabbi sa kanya.

"Grabe si Mr. de Guzman, ang bait talaga," sabi ni Gabbi sa nanay niya matapos umalis ang matanda.

"Oo nga, anak. Blessing talaga siya sa atin. Kaya dapat tayong maging grateful," sagot ng nanay niya.

"Opo, Ma. Sana makabalik tayo sa dati para masuklian natin ang kabutihan niya," sabi ni Gabbi, sincere ang tono.

Episode 4

Deny Mode Si Gabbi

Pero kahit anong bait ni Mr. de Guzman, hindi pa rin matanggap ni Gabbi ang pagbagsak ng buhay nila. Nagrebelde siya na parang bida sa teleserye—absent sa klase, bagsak sa exam, at barkada ang kasama sa mga gimik at party. Walang direksyon, basta kontra-kontra lang.

"Gabbi, nasaan ka na naman kagabi? Past midnight ka na umuwi," tanong ng nanay niya isang umaga.

"Ma, nag-group study lang kami. May exam kasi," palusot ni Gabbi, kahit na sa totoo lang, nag-inuman sila ng mga kaibigan niya.

"Group study? Talaga lang ha? Eh bakit amoy alak ang damit mo kagabi?" tanong ng nanay niya, hindi kumbinsido.

"Ma naman! One beer lang 'yun, promise. Para lang ma-relax kami habang nag-aaral," sagot ni Gabbi, defensive.

"Gabbi, alam kong nahihirapan ka sa nangyayari sa atin. Pero hindi ito ang tamang paraan para harapin ang problema," sabi ng nanay niya, concerned.

"Eh ano ba ang gusto mong gawin ko, Ma? Umupo lang dito sa bahay at manood habang unti-unting bumabagsak ang buhay natin?" sagot ni Gabbi, medyo tumaas ang boses.

"Anak, lahat tayo nahihirapan. Pero kailangan nating maging matatag. Lalo na ngayon na kailangan tayo ng Daddy mo," sabi ng nanay niya, trying to reason with her.

"Whatever, Ma. Aalis na ako. May klase pa ako," sagot ni Gabbi, sabay kuha ng bag at walang paalam na lumabas ng bahay.

****

As usual, sa halip na pumunta sa school, dumiretso si Gabbi sa mall para makipagkita sa boyfriend niya.

“Hoy, girl! Late ka na naman,” bati ng boyfriend niya, si Jake, habang naghihintay sa food court.

“Sorry na, nag-sermon pa kasi si mother dear,” sagot ni Gabbi, sabay upo sa tapat ni Jake.

“Ano na naman problema?” tanong ni Jake habang kumakain ng fries.

“Hay, ‘yung usual. Bakit daw ako late umuwi, bakit daw amoy alak, blah blah blah,” kwento ni Gabbi, sabay kuha ng fries mula kay Jake.

“Hayaan mo na ‘yan. Mag-enjoy ka na lang. Life is short, ‘di ba?” sagot ni Jake, sabay abot ng softdrinks kay Gabbi.

“Exactly! ‘Yun nga sinasabi ko. Bakit pa ako mag-sstress sa mga bagay na hindi ko naman kontrolado?” sabi ni Gabbi, sabay inom.

****

Isang araw, nagkatagpo sila ni Mr. de Guzman sa mall habang sinusukat niya ang isang pares ng rubber shoes. Walang kaabog-abog, lumapit ito at ngumiti.

“Hi Gabbi, bakit andito ka? Wala ka bang pasok?”

“Uh, ah...ummm,” utal ni Gabbi, na nag-cutting class para tumambay sa mall kasama ang boyfriend. “Absent po prof namin,” palusot niya, buti na lang umalis na ang jowa niya.

“Talaga? Sa lahat ng subjects mo?” tanong ni Mr. de Guzman, medyo suspicious ang tono.

“Ah, eh, hindi po. ‘Yung last two subjects na lang po. Tapos na po ‘yung iba,” dagdag na palusot ni Gabbi, halatang kinakabahan.

Tinitigan siya ni Mr. de Guzman na parang hindi kumbinsido, pero hindi na nagsalita. Si Gabbi naman, hindi makatingin sa mata. Para ma-cover ang kahihiyan, nag-imbento na naman siya ng kwento.

"May finals po kasi kami sa PE...volleyball po 'yung subject ko. Bukas na 'yung game—part siya ng grade. Kaya po nandito ako...t-trying out shoes, kasi pudpod na 'yung akin."

"Ah, volleyball player ka pala? Hindi ko alam 'yan ah," sabi ni Mr. de Guzman, medyo nagulat.

"Ah, eh, opo. Bago lang po ako sa team. Substitute lang po," dagdag ni Gabbi, patuloy sa pagsisinungaling.

Napangiti si Mr. de Guzman.

"O, eh kasya ba?"

"Opo...sir."

"Maganda ba? Komportable?" tanong ni Mr. de Guzman, habang tinitingnan ang sapatos.

"Opo, sir. Sobrang comfortable po. At maganda rin po 'yung design," sagot ni Gabbi, trying to sound enthusiastic.

"Eh di bibilhin mo na?"

Napako sa kinatatayuan si Gabbi. Hindi talaga siya bibili—wala nga siyang pera! Kaya nagpa-cute at nagkagat-labi.

"Eh...naiwan ko po 'yung pera sa bahay. Hihi. Balik na lang po ako bukas kasama si Mommy. Silly me!"

"Naku, baka maubos na 'yan bukas. Mukhang limited edition 'yan eh," sabi ni Mr. de Guzman, sabay tingin sa sapatos.

"Ay, ganun po ba? Sayang naman," sagot ni Gabbi, trying to sound disappointed.

"Aba eh di ba kailangan mo na agad yan bukas?"

"Eh, okay pa naman 'yung luma...kaya pa," sabay bitaw sa sapatos. "Nag-window shopping lang naman ako."

"Pero sabi mo may game ka bukas? Hindi ba delikado kung sira-sira na 'yung sapatos mo?" tanong ni Mr. de Guzman, concerned.

"Ah, eh, oo nga po. Pero wala po akong choice eh. Wala po kasi akong pera," sagot ni Gabbi, medyo nahihiya.

Tahimik si Mr. de Guzman. Tapos bigla na lang...dinampot niya 'yung sapatos at diretso sa cashier. Si Gabbi, nakatulala.

"Sir! Sir! Ano po 'yung ginagawa ninyo?" tanong ni Gabbi, nagulat.

"Bibilhin ko na 'to para sa'yo. Para hindi ka na mahirapan bukas sa game mo," sagot ni Mr. de Guzman, habang inaabot ang credit card sa cashier.

"Pero sir, hindi po kailangan! Nakakahiya po," sabi ni Gabbi, halatang naguguluhan.

"Hayaan mo na. Consider it as a gift. Para sa volleyball star ng school," sagot ni Mr. de Guzman, sabay kindat.

After a few minutes, bumalik siya.

"O ayan," abot ni Mr. de Guzman ng sapatos at resibo, "good luck sa laro mo bukas. Sana mataas grade mo."

"Maraming salamat po talaga, Mr. de Guzman. Hindi ko po alam kung paano ako magpapasalamat," sabi ni Gabbi, halos hindi makapaniwala.

"Wala 'yun. Basta mag-aral ka lang ng mabuti, ha? 'Yun lang ang gusto kong kapalit," sagot ni Mr. de Guzman, sabay tapik sa balikat ni Gabbi.

At tuloy-tuloy siyang umalis habang si Gabbi naiwan sa gitna ng shoe store, parang sinampal ng hangin.

"Uuuuyyy... sweet naman ni Mr. de Guzman," kikay niyang bulong, kinikilig. Tinitigan ang bagong sapatos sa kamay, tapos niyakap ito na parang teddy bear. *"Iingatan ko 'to forever! Galing 'to sa idol ko!"*

* * * * * * * * * * *

Pagkauwi ni Gabbi, agad niyang ipinakita ang bagong sapatos sa nanay niya.

"Ma, look oh! Binilhan ako ni Mr. de Guzman ng bagong shoes!" excited na kwento ni Gabbi.

"Ha? Bakit naman?" tanong ng nanay niya, nagulat.

“Eh, nakita niya ako sa mall kanina. Tapos nakita niya na sinusukat ko ‘tong sapatos. Tapos bigla na lang niya binili para sa akin,” kwento ni Gabbi, excited pa rin.

“Naku, ang bait talaga ni Mr. de Guzman. Pero anak, bakit ka nasa mall? Hindi ba may klase ka dapat ngayon?” tanong ng nanay niya, suspicious.

“Ah, eh, wala po kaming klase. Absent po ‘yung prof namin,” palusot ulit ni Gabbi.

“Hmm, talaga lang ha? Tatawagan ko nga ‘yung school mo para i-verify,” sabi ng nanay niya, sabay kuha ng phone.

“Ma, naman! Bakit mo pa kailangang i-verify? Hindi ba ako kapani-paniwala?” reklamo ni Gabbi.

“Anak, ilang beses ka na nahuling nagsisinungaling. Natural lang na mag-verify ako,” sagot ng nanay niya.

“Fine! Nag-cutting nga ako, okay? Happy ka na?” umamin si Gabbi, inis na inis.

“Gabbi naman! Bakit ba lagi mong ginagawa ‘to? Alam mo namang importante ang pag-aaral mo,” sermon ng nanay niya.

“Ma, pagod na ako sa school! Wala namang kwenta ‘yung mga tinuturo doon. Practical experience ang kailangan sa real world,” sagot ni Gabbi, defensive.

“At anong klaseng ‘practical experience’ ang nakukuha mo sa mall, ha?” tanong ng nanay niya, medyo tumaas ang boses.

“Whatever, Ma. Aalis na ulit ako,” sabi ni Gabbi, sabay kuha ng bag.

“Saan ka na naman pupunta?” tanong ng nanay niya.

“Kay Jake. May group project kami,” sagot ni Gabbi, obvious na nagsisinungaling ulit.

“Gabbi, bumalik ka dito! Hindi pa tayo tapos mag-usap!” sigaw ng nanay niya, pero lumabas na si Gabbi ng bahay.

****

Episode 5

Deny Pa More, Gabbi

Patuloy pa rin ang pagrebelde ni Gabbi. Hanggang isang araw, nakasalubong niya si Mr. de Guzman sa subdivision.

"Hello, Gabbi. Kumusta na?" bati ni Mr. de Guzman.

"Okay lang po, sir," sagot ni Gabbi, medyo nahihiya pa rin dahil sa sapatos.

"Kumusta 'yung volleyball game mo? Nanalo ba kayo?" tanong ni Mr. de Guzman.

"Ah, eh, opo. Nanalo po kami," sagot ni Gabbi, nagsisinungaling na naman.

"Good job! Alam kong magaling ka talaga," sabi ni Mr. de Guzman, proud na proud.

"Salamat po, sir. Ah, sir, gusto ko po ulit magpasalamat sa sapatos. Sobrang laking tulong po," sabi ni Gabbi, sincere naman ang tono.

"Wala 'yun, Gabbi. Masaya ako na nakatulong ako sa'yo," sagot ni Mr. de Guzman, nakangiti.

"Sir, pwede po bang magtanong?" sabi ni Gabbi, medyo nag-aalangan.

"Sige, ano 'yun?" tanong ni Mr. de Guzman.

"Bakit po kayo sobrang mabait sa amin? I mean, hindi naman po kami kamag-anak o close family friends," tanong ni Gabbi, curious talaga.

"Gabbi, minsan, hindi kailangan ng dahilan para tumulong. Nakikita ko kung gaano kahirap ang pinagdadaanan ng pamilya mo ngayon. At gusto ko lang makatulong kahit sa maliit na paraan," sagot ni Mr. de Guzman, sincere ang tono.

"Pero sir, ang dami niyo na pong naitulong sa amin. Hindi ko po alam kung paano kami makakabayad," sabi ni Gabbi.

"Hindi mo kailangang mag-alala tungkol diyan. Basta mag-aral ka lang ng mabuti, 'yun lang ang gusto kong makita," sagot ni Mr. de Guzman.

"Salamat po talaga, sir. Sobrang blessed po kami na may katulad niyo sa buhay namin," sabi ni Gabbi, halos maiiyak sa pasasalamat.

"Sige, Gabbi. Kailangan ko nang umalis. May meeting pa ako. Ingat ka palagi, ha?" sabi ni Mr. de Guzman, sabay tapik sa balikat ni Gabbi.

"Opo, sir. Ingat din po kayo," sagot ni Gabbi, nakangiti.

* * * * * * * * * * *

Pagkaalis ni Mr. de Guzman, napaisip si Gabbi. Sobrang bait talaga ng matanda, at parang wala itong hinihinging kapalit. Nakaramdam siya ng guilt sa mga rebeldeng ginagawa niya.

"Siguro dapat na akong magbago. Para naman hindi masayang 'yung tulong ni Mr. de Guzman sa amin," bulong niya sa sarili.

Isang gabi, habang pauwi si Gabbi mula sa bahay ng boyfriend niya, nakasalubong niya si Mr. de Guzman sa isang bar sa labas ng subdivision.

"Mr. de Guzman?" tanong ni Gabbi, nagulat na makita ang matanda sa ganung lugar.

"Gabbi? Anong ginagawa mo dito?" tanong din ni Mr. de Guzman, parang nagulat din.

"Ah, eh, galing po ako kina Jake. Pauwi na po ako," sagot ni Gabbi, medyo nahihiya.

"Ganun ba? Sino si Jake?" tanong ni Mr. de Guzman, curious.

"Ah, boyfriend ko po," sagot ni Gabbi, nahihiya pa rin.

"I see. Boyfriend mo pala. Ilang taon na siya?" tanong ni Mr. de Guzman, medyo seryoso ang tono.

"Twenty-two po," sagot ni Gabbi, medyo defensive.

"Hmm, medyo may age gap ah. Pero okay lang 'yan. Basta masaya ka," sabi ni Mr. de Guzman, trying to sound supportive.

"Eh kayo po, sir? Anong ginagawa ninyo dito?" tanong ni Gabbi, changing the subject.

"Ah, nagpapahinga lang. Minsan kailangan ko ring mag-unwind," sagot ni Mr. de Guzman, sabay tawa.

"Ah, ganun po ba. Sige po, sir. Uuwi na po ako. Baka hinahanap na ako nina Mommy," sabi ni Gabbi, ready nang umalis.

"Sige, Gabbi. Ingat ka sa pag-uwi," sagot ni Mr. de Guzman.

Episode 6

Laban O Bawi, Gabbi

Biglang naputol ang mga ala-ala ni Gabbi nang mapansin niyang nasa harap na siya ng bahay nilla. Galit na galit siyang pumasok sa loob na akala mo may bagyong dala.

"Mom! Mom! Nasan ka na?!"

"Wait lang anak, inaayos ko lang itong mga grocery na bigay sa atin kanina."

Pagpunta niya sa kusina, nakita niyang busy ang nanay niya sa pag-aayos ng mga groceries.

"Ma, sino nagbigay niyan?" tanong ni Gabbi, kahit alam na ang sagot.

"Si Mr. de Guzman. Dumaan siya kanina, may dala na naman siyang groceries," sagot ng nanay niya, masaya.

Pak! Parang binuhusan ng yelo si Gabbi. Nakalimutan niyang halos buhay nila, galing na sa biyaya ng matanda. Bigla siyang napaisip:

Paano kung hindi siya paniwalaan? Eh ilang beses na siyang nasangkot sa gulo, paninira, at kasinungalingan. Baka isipin ng mga magulang niya na gusto lang niyang siraan si Mr. de Guzman kasi hindi siya pinautang. At wala naman siyang ebidensya—puro kwento lang niya.

"Arghhh! Baka isipin pa nila na ako pa 'yung nanghingi ng pera tapos nung hindi ako pinahiram, eh nanira ako," bulong niya sa sarili. *"At kung magsumbong si Mr. de Guzman, lalabas pa na ako ang kontrabida!"*

"Anak, bakit ang taas ng boses mo? May problema ba?" tanong ng nanay niya, concerned.

Dumating si Nanay, bitbit ang isang lata ng sardinas.

"Oh anak, ano 'yon? Parang ang taas ng boses mo kanina ah?"

"Uh...uhmm...wala po 'yon, Mom. Wala po!"

"Huh? Eh parang galit ka kanina!"

"Galit? Ako? Hinding-hindi po! Baka po 'yung hangin lang 'yun...may topak eh. Hehe. Gusto ko lang po malaman kung anong oras ang dinner!"

"Ha—ano daw?! Dinner?! Siguro mga isang oras pa..."

"Okay po," sagot ni Gabbi, sabay lakad papuntang kwarto.

Sa loob ng kwarto, parang may tornado si Gabbi.

"Aiiieee! Hindi fair! Hmp!"

Paglingon niya, nakita niya ang rubber shoes na binigay ni Mr. de Guzman. Ilang linggo na niyang iniingatan ito—may special spot pa sa closet. Pero ngayon, galit na galit siya. Kinuha niya ito, binuksan ang bintana, at buong lakas na ibinato palabas!

"Bahala ka sa buhay mo! Good riddance!"

Sa tindi ng inis niya, halos itext na niya ang boyfriend para bugbugin ang matanda.

"Hayop siya! Patikim ko kaya sa kanya ang suntok na matindi!"

Pero natauhan din siya.

"Haaaay...walang mangyayaring maganda 'pag ginawa ko 'yon. Baka ma-eskandalo pa. Tapos paano na lang sila Mom at Dad?"

Huminga siya ng malalim. Hindi man siya kampante, napagpasyahan niyang itikom muna ang bibig niya.

"Hintayin mo lang...pag nakabangon na ulit si Daddy...ibubulgar ko rin ang tunay mong kulay!"

Episode 7

Tunay Na Kulay

Paglabas ni Gabbi ng gate, agad niyang napansin si Mr. de Guzman na nakaupo sa veranda ng bahay nila, nakatitig sa kanya.

Hindi na bago 'to. Paulit-ulit na lang. Sa totoo lang, inaabangan pa nga ni Gabbi na makita siya tuwing umaga. Feeling niya, espesyal siya kapag binabati siya ni Mr. de Guzman. Kapag dumadaan siya, nginingitian siya nito, at ngumingiti rin siya pabalik—parang may silent connection. Sa isip niya, baka nga iniisip ni Mr. de Guzman na anak niya siya... yung anak na hindi niya nagkaroon.

Pero ngayon? Laglag ang pantasya. Deadma. Diretso lang siya sa paglalakad, parang multo lang si Mr. de Guzman.

"Ugh! Nakakadiri! Baka naman noon pa lang, may malisya na 'yang tingin niya sa akin! Yuck! Nai-imagine ko tuloy kung anong mga kababuyan ang pinaplano niya habang tinitingnan ako. Haaiisst, kadiri talaga!"

* * * * * * * * * * *

Simula noon, never na ulit siya lumingon. Kapag nagkakasalubong sila, atras siya o kaya biglang liliko. Parang may invisible force field. Kapag dumadalaw si Mr. de Guzman sa bahay nila para maghatid ng kung ano-anong supplies, automatic, lockdown sa kwarto si Gabbi. Wala siyang pakialam kung may relief goods man o frozen siopao sa dala.

Minsan, tatawagin pa siya ng nanay niya.

"Gabbi! Andito si Mr. de Guzman, may dalang groceries. Lumabas ka naman at mag-hi!"

"Ma, hindi ko kaya. Masama pakiramdam ko," ang laging palusot ni Gabbi, kahit na fresh na fresh pa siya at bagong ligo.

Ganyan siya palagi. Ang dami niyang excuse—lahat ng klaseng dahilan, maliban sa totoo.

"Sheeesshh! Kung alam lang ni Mama kung gaano kaburara 'yung matandang 'yan—never na niya akong oobligahing humarap sa kanya! Nakakagalit! Kung puwede lang sana, sabihin ko na lahat ng totoo!"

Madalas, andun na siya sa point na sasabog na... pero sa dulo, umurong din. Inis na inis siya sa sarili niya. Aminado siya—kaya siya hindi makapagtapat, eh dahil natatakot siyang mawalan sila ng tulong. Natatakot siyang magutom. At 'yon ang pinakamasaklap na katotohanan na ayaw na ayaw niyang aminin kahit sa sarili niya.

"E-eh... at least, hindi pa naman ako nagalaw ng !@##@! na 'yon," pangangatwiran niya habang nakakunot ang noo. "Isang mali lang. Kahit isang amoy lang ng harassment, ipagsisigawan ko talaga 'to kahit sa radyo!"

Habang si Mama, clueless sa lahat ng ganap, palaging humihingi ng pasensya sa tuwing tinatanggihan ni Gabbi si Mr. de Guzman. Sa tingin niya, pagkamagaspang lang daw ng ugali ng anak niya.

At ang matanda? Tahimik lang. Laging may pa-misteryosong ngiti. Parang may alam siyang hindi nila alam.

Isang araw, tinawag silang magkapatid ng nanay nila. May seryosong aura si Mama—yung tipong parang may announcement sa "Rated K."

"Anak, pasensya na... pero kailangan ko na kayong ilipat sa public school sa lalong madaling panahon. Ayoko man, pero ito lang ang paraan para makapagpatuloy pa kayo sa pag-aaral."

Pakiramdam ni Gabbi, parang may lumunok ng buong araw. At hindi pa 'yon ang pinakamasaklap.

May kasunod pa si Mama. Sa nanginginig na boses, sinabi niyang kailangan na rin nilang umalis sa bahay. Ibinenta na pala niya 'yon nang hindi nila alam, pambayad sa utang. Kailangan na nilang maghanap ng malilipatang murang paupahan.

Nagulantang ang magkapatid. Para silang binuhusan ng yelo. Tumulo ang luha nila, hindi mapigilan. Sa wakas, bumagsak na ang langit.

"Wala na po bang ibang paraan?" umiiyak na tanong ni Gabbi, kahit alam naman niyang hopeless na.

Umiling si Mama, lungkot na lungkot.

"Eh... paano si Mr. de Guzman?" sabat ng kapatid niyang lalaki, may halong pag-asa ang boses. "Baka puwede tayong humingi ng tulong sa kanya?"

Ni-yakap siya ni Mama, mahigpit.

"Hay anak... ang inosente mo pa," bulong niya, halos hindi na marinig. Pero malakas ang sagot niya, "Hindi na natin puwedeng dagdagan pa ang utang-na-loob natin sa kanya. Sobra-sobra na."

"Pero ang yaman-yaman niya! Dami niyang pera, Mama. Bakit hindi?"

Hinaplos ni Mama ang buhok ng anak, mas mahigpit pa ang yakap.

"(Hikbi!) Sorry anak... hindi ganun kadali ang mundo. (Sob!) Pero don't worry, makakaraos tayo... gagawa tayo ng paraan..."

Episode 8

Desperate Na Ako

Ang makita niyang nag-iyakan ang Mama niya at ang naka-babatang kapatid na parang mga basang sisiw ay parang sinaksak si Gabbi sa puso. Doon lang tuluyang lumubog sa kanya ang katotohanan: wala na silang bahay, wala na silang pera, at mas malala, wala siyang magawa. Sa buong buhay niya, ngayon lang siya nakaramdam ng ganitong klaseng pagkatalo.

Kinabukasan, sa sobrang desperasyon, kinausap niya ang bagong boyfriend niyang si Arnel.

"Arnel, tulungan mo naman kami, please?" halos pabulong na sabi ni Gabbi habang pinipigilan ang luha.

"Siyempre, babe! G na G ako d'yan! Pero...uh...paano ko kayo matutulungan eh estudyante lang din naman ako? Wala pa akong trabaho, wala rin akong ipon...wala akong ma-offer kundi charm," sagot ni Arnel habang pilit ngumiti.

"Pwede mo bang kausapin 'yung parents mo...baka pwedeng makahiram kahit konti? Pampalipas lang sana, habang naghahanap kami ng ibang matitirhan."

"Whoooaa, easy ka lang d'yan, babe! Hihiram agad? Eh hello, una sa lahat, hindi ka pa nga nila kilala, tapos uutangan na sila? Eh ni hindi nga natin sure kung approved na 'yung relasyon natin sa kanila. Alam mo 'yun, sugar? Parang ang bigat agad ng tanong mo eh."

"Wala na talaga?" pilit pa rin ni Gabbi.

Nagkibit-balikat si Arnel. Tapos bigla siyang napangisi...may pumasok na ka-cheapan sa utak.

"Uhmmm...gaano pa katagal bago kayo paalisin sa inuupahan niyo?" tanong niya, kunwari wala lang.

Napakunot-noo si Gabbi pero sinagot na rin.

"Mga isang buwan pa siguro...maximum na 'yung dalawang buwan. Bakit mo natanong?"

Yumakap si Arnel nang pa-cute, tapos bumulong.

"Eh kasi...what if...buntisin na lang kita? Sigurado 'yun, mapipilitan 'yung parents ko tumulong sa inyo!"

"WHAT?! Arnel, baliw ka na ba?! Narinig mo ba sinabi mo?!"

****

Napatitig si Gabbi sa boyfriend niya na parang kinukuryente. Oo, minsan din siyang naging mapusok, pero kahit kailan, hindi pa siya pumayag na lampasan ang limitasyon niya. Kahit gustuhin niya minsan, may munting boses pa rin sa utak niya na nagsasabing, *"Wag muna, teh."* At pinapakinggan niya 'yun—hanggang ngayon.

"Eh bakit hindi? Think about it, babe. Kung buntis ka, mapipilitan 'yung parents ko pakasalan tayo. Ayaw nilang magka-apo na walang apelyido, trust me. Kapag kasal na tayo, edi automatic—tutulong sila sa inyo. Parang family package deal, ganern!"

Sa totoo lang, alam ni Arnel na sobrang sablay ang rason niya. Pero desperate times call for desperate kabobohan. At kung tutuusin, matagal na siyang may balak. Simula pa lang ng relasyon nila, fantasya na niya 'yung makuha si Gabbi. At ngayong gulong-gulo ang utak ng dalaga, ayan na ang chance niya. Jackpot kung sakali. As in, full combo meal.

"Gagana ba 'yun?" tanong ni Gabbi habang nakatingin sa kawalan.

Kahit na hindi siya kumbinsido, si Arnel parang salesman ng secondhand na kotse.

"Siyempre, baby! Mga parents ko? Grabe 'yan sa moral compass! Super bait. Gagawin nila 'yung tama."

Bago pa magbago ang isip ni Gabbi, sinundan agad ni Arnel:

"Ngayon na dapat. Para next month, confirmed preggy ka na. Sayang oras! Let's go na!"

"O-Okay..."

"Yes! Let's go na, baby! Time is baby-making!"

"Uhm...wait lang, wait lang," pigil bigla ni Gabbi.

"Ha? Bakit?! Ayan na, eh! Gab, oras na 'to! Wag ka mag-back-out!"

"Hindi, hindi! It's just...may usapan kasi kami ni Mama. Magkikita kami mamaya. May aasikasuhin lang kami."

Napaisip si Arnel. Gusto na niyang makuha ang gusto niya, pero alam din niyang kapag pinilit niya si Gabbi ngayon, baka matunugan siya. Tsaka baka magkagulo pa kung mag-alala ang nanay ng dalaga.

"Sige na nga...kailan tayo ulit?" tanong niya, medyo bitin.

"Mga five p.m. mamaya. Tapos na 'yung errands namin nun. Magdadahilan na lang ako para makalabas ulit. Saan tayo magkikita?"

"Sa mall. Doon sa foodcourt. May mga motmot sa paligid, mamili na lang tayo. Basta ha! Promise me darating ka! Pag wala ka doon by five-thirty...alis na ako ha!"

Tapos, biglang drama mode si Arnel, "Please Gab...please... mahal kita. Gusto ko tayo...forever."

"I-I...promise...I'll come."

Episode 9

Ang Palusot

"**Ma, kailangan ko pong bumalik sa school. May kukunin** lang po ako kay Trina para sa report namin bukas," pagsisinungaling ni Gabbi.

"Hindi ba puwedeng bukas mo na lang kunin? Ang dami nating kailangang pag-usapan tungkol sa paglipat natin."

"Ma, importante po kasi. Saglit lang naman ako. Babalik din ako agad. Promise, pagbalik ko,usap tayo ha."

"O sige, basta siguraduhin mong hindi ka gagabihin. Delikado na ngayon sa labas."

"Bye Ma!"

Papalabas na sana si Gabbi nang tinawag siya ulit ng nanay niya.

"Sana talaga...pupunta ka sa school," sabi nito habang nakatitig sa kanya, parang may kutob.

"O-Opo, Ma! Eh saan pa ba ako pupunta?" sagot ni Gabbi na parang nabubulol. "You don't trust me?"

Tinignan siya ng nanay niya—malumanay pero seryoso.

"Haay...Siyempre naman, Gabbi. Buong-buo ang tiwala ko sa'yo. Anak kita. Alam kong alam mo kung ano ang tama at mali. Malaki ka na. Alam mo na dapat kung paano gumawa ng matalinong desisyon."

Wala nang dagdag na salita. Tinalikuran siya ng nanay niya at nagpatuloy sa ginagawa.

* * * * * * * * * * *

Natigilan si Gabbi.

"W-What was that? Parang may alam siya ah..."

Hindi niya maalis sa isip ang mga sinabi ni Mama. Ang bigat. Parang may humihila sa konsensya niya. Marami na siyang beses nagsinungaling dati, pero hindi ganito kabigat. Lalo na't ang future niya—at ng pamilya nila—ang nakataya.

Pero sa lagay ng utak niya ngayon, parang wala na siyang ibang choice. Bahala na. Tuloy na lang. Sana tama ang pinili niya.

Habang naglalakad papuntang mall, parang robot si Gabbi. Wala sa wisyo. Hanggang bigla siyang nabangga sa isang tao.

"Naku po, sorry po—"

Napaatras siya bigla. Si Mr. de Guzman!

Umiiwas na sana siya pero...

"Saan ka pupunta, Gabbi?"

Boom. Boses pa lang, tumigil ang mundo niya. Akala niya tapos na siya sa lalaki matapos ng huling sagutan nila. Pero ayan, parang multo, bigla na lang sumulpot.

"Grabe 'tong matandang 'to! May pa-stalker-stalker pa!" bulong niya sa sarili. Dedma na lang. Pero sumunod pa...

"Hindi ba't medyo late na para gumala-gala?"

"Haaiisst! Asar! Magsawa ka sa katitingin!" Napalingon si Gabbi at bumanat na.

"Oyyy, ikaw ha! Sinasabayan mo pa ako? Ano 'to, spying level 100?! Baka ikaw pa 'tong matandang manyak dito, ah! Alam mo bang nakakahiya ka na!"

Akala ni Gabbi mapapahiya ang matanda. Pero hindi man lang natinag. Ngumiti lang, parang lalong nangaasar.

Lalo siyang nainis.

"School, okay?! Papunta ako sa school! May problema ba roon?! Aba, may pakialam ka ba sa lakad ko?!"

"Wow. School daw. Bilib ako! Joke lang—di talaga ako naniniwala. Ha! Ha! Ha!"

"Research sa library, okay?! May assignment ako! Eh ano ngayon kung mag-explain ako?! Wait—bakit nga ba ako nagpapaliwanag sa'yo?! Wala kang karapatang manghimasok, so...umalis ka na nga!"

"Library? Ho! Ho! Ho! Gabbi naman...'di ba sarado na 'yung library niyo mga tatlong oras na ang nakakaraan? Tsaka hello, pa-mall ang punta mo, hindi pa-school. Kita mo 'yun?" sabay turo sa mall na nagniningning sa background.

Napakamot si Gabbi. Walang kawala. Kita nga 'yung mall. Halata na.

"SO WHAT?!" sabay sabog. "Okay, fine! Hindi ako papunta sa school. Eh ano ngayon?! Hindi mo 'to buhay! At kahit saan pa ako magpunta, wala kang magagawa. Gets mo?! So tumigil ka na at umalis!"

"Fine...wala naman talaga akong magagawa," sabay balikat si Mr. de Guzman.

Ayos! Panalo si Gabbi! Akala niya tapos na. Pero...

"Pero sigurado ako...magiging interesado dito ang Mommy mo."

Episode 10

Pangqulo Sa Plano

Hindi natinag si Mr. de Guzman sa pagiging barumbadong asal ni Gabbi.

"Hmm, baka hindi ko man kayang pigilan ka, pero tingnan natin kung anong masasabi ng Mommy mo."

Pagkasabi no'n, bigla siyang naglabas ng cellphone at umastang tatawag.

Parang binuhusan ng malamig na tubig si Gabbi. Ayaw na ayaw niyang malaman ng nanay niya na nagsinungaling siya. Lalo pa ngayong medyo may tiwala na ulit sa kanya 'yon — kahit konti lang. Lalo na NGAYON PA!

Di na siya nag-isip. Bigla siyang lumundag at hinawakan ang kamay ni Manong na may hawak ng cellphone.

"Please po, huwag!" pakiusap niya, sabay imbento ng kwento. "Sorry po kung medyo napasungitan ko kayo. Actually...uhm... bibili lang po sana ako ng regalo para kina Mommy at Daddy. Wala lang, trip ko lang silang isurprise kasi parang malungkot sila lately..."

Tinitigan siya ni Mr. de Guzman nang matagal, para bang ini-scan ang kaluluwa niya, bago ibinalik sa bulsa ang cellphone.

"O siya," sagot nito.

Huminga si Gabbi nang malalim sa pag-aakalang ligtas na siya... pero mali siya.

"Sasama ako," dagdag ni Mr. de Guzman. "Tutulungan na rin kita pumili. Eh halos kasing-edad ko lang naman siguro ang parents mo, so baka kapareho kami ng taste. Agree ka ba?"

* * * * * * * * * * *

Ayun na nga. Naburyong si Gabbi. Ayaw niyang isama ang matandang 'to pero kung tatanggihan niya, siguradong tatawagan nito ang Mommy niya at yari siya. Mauuwi pa sa pag-uwi agad at wala na, wasak na ang mga plano nila.

Napapangiwi, napilitan siyang pumayag.

"(Groooan!) Sige na nga, arte-arte muna para hindi siya maghinala. Mamaya, baka maisahan ko rin siya."

Nagmadali siya papasok ng mall at nagpanggap na excited. Sa loob, pasok siya rito, labas doon, paikot-ikot sa iba't ibang tindahan para pagurin si Kuya Senior Citizen.

"(Giggle!) O siya, tingnan natin kung tatagal ka!" bulong niya sa sarili habang natatawa, pakiramdam niya nakaganti siya kahit papaano. *"Hi! Hi! Hi! Bahala ka sa buhay mo!"*

Pero laking gulat niya nang makitang nakakasunod pa rin si Mr. de Guzman. At hindi lang basta nakakasunod — chill na chill pa sa pagwi-window shopping, kwento-kwento pa sa mga saleslady.

"Grabe! Mukhang naggy-gym pa si Lolo, ah," bulong niya, medyo humanga pa sa diskarte.

Bigla niyang naalala ang oras. Napalundag siya nang makita ang relo — late na siya sa usapan nila ni Arnel!

Sa sobrang taranta, may hinablot siyang kung anong item sa shelf at derecho na sa cashier.

Pagtingin niya sa hawak...

"OH NOOO!" halos mapasigaw siya sa pagkabigla. Napaholding hands siya sa isang mamahaling bote ng wine — na obvious na obvious, hindi niya afford.

Paatras sana siya nang... BLAG! Sumalpok siya kay Mr. de Guzman. Nasalo siya nito bago siya matumba at naagapan pa ang bote na muntik nang mabitawan.

"Oops! Sorry, sorry!" sabay kuha ulit sa bote. Nang ma-realize niyang wala na sa kamay niya, napakapit siya sa dibdib niya sa kaba — buti na lang at hawak ni Manong.

"Teka... sure ka ba sa pinili mo?" tanong nito habang hawak-hawak ang bote. "Vintage wine. Ayos 'yan ah! Pero sigurado ka bang para sa parents mo 'to... o para sa'yo?"

Na-feel ni Gabbi na parang iniimbestigahan siya, kaya nagfeeling matapang siya bigla.

"Of course! Sa tingin mo bobo ako? Alam ko ang gusto ng parents ko, noh! Eh down na down sila lately, baka sakaling kahit isang tagay lang, sumaya naman kahit konti... *(sana lang... huhu!)*"

Tiningnan niya 'yung bote na parang gusto na niyang ilibing sarili niya sa hiya.

"Anong kagagahan na naman 'to, Gabbi?! Hindi mo nga afford 'yan, tapos nagyayabang ka pa diyan?! Pano na 'to kapag kailangan ko nang isauli? Tawang-tawa na naman 'tong si Manong... !@##@!"

Pero laking gulat niya nang biglang pumila sa cashier si Mr. de Guzman at binayaran ang bote ng wine. Napanganga na lang siya habang iniabot nito ang nicely wrapped na bote, may pa-resibo pa.

"O heto," sabi ni Manong, parang wala lang.

"Ehh... b-b-b-b-bakit...?" 'yun lang ang nasabi niya.

"No more arguments. Itago mo na yang pera mo, baka kailanganin mo pa mamaya. Alam kong gipit ka. Huwag mo nang ubusin sa isang bote lang. Regalo ko na sa pamilya mo. Pero sabihin mo sa kanila, ikaw ang bumili n'yan. Ideya mo naman 'to in the first place. Nakaka-touch kasi na inaalala mo pa rin sila kahit ganito kalaki ang problema mo. Ako, sumingit lang ng ambag."

Pagkasabi no'n, tumalikod si Mr. de Guzman at umalis na parang walang nangyari.

Mixed emotions si Gabbi. Parang gusto niyang mainis, pero hindi niya magawa.

"Ughhh! Niloloko lang niya ako! Hindi ako magpapaniwala. Isa lang siyang manyakol na matandang hunghang!"

Naalala ulit niya ang oras.

"OH EM GEE! Huli na 'ko kay Arnel!!! Aiiieee!" sigaw niya.

Episode 11

Bagong Twist

Hingal kabayo si Gabbi pagdating sa food court. Nag-scan siya agad ng paligid, at halos mapatalon siya sa tuwa nang makita si Arnel — andun pa rin, nakatalikod, patiently waiting. Naisip niya, surprise-in kaya niya ito? Kinilig siya habang dahan-dahan lumapit.

"OMG, he really waited for me! More than two hours! Huhu, ang sweet mo, beh!"

Pero habang palapit siya, napansin niyang may kausap sa cellphone si Arnel. Di niya alam kung bakit pero parang may umilaw na red flag sa utak niya. Imbis na sorpresahin, dahan-dahan siyang lumapit hanggang marinig niya ang usapan.

"...no, no! Hindi dumating 'yung bruha," rinig niya.

"Bruha daw? Heller! Sure akong hindi ako 'yon!" pabulong niyang sabi, curious na curious na siya.

"Pakakasalan si Gabbi? Loko ka ba? Ang gusto ko lang eh mabang-bang siya ng todo..."

BOOM. Gabbi didn't even need to hear the rest. Pinigil na lang niya ang sarili na ihampas 'yung bote ng wine sa ulo ni Arnel. Ex na siya — effective immediately!

Umiiyak at nangangalit siya habang pauwi, bitbit ang mamahaling bote ng wine, hindi niya maisip na ganun lang pala kababa ang tingin sa kanya ng lalaking akala niya eh makakatulong sa pamilya niya. Ang buong akala niya, may patutunguhan 'yon. Ang totoo pala, tagilid agad.

Napatingin siya sa bote ng wine.

"(Giggle!) Kung mura lang 'to, aba, sa ulo mo talaga 'to tatama, Arnel! Hi! Hi! Hi! Swerte mo lang at mahal 'to!"

* * * * * * * * * * *

Pag-uwi niya sa bahay, diretso siya sa kwarto. Malungkot, pero surprisingly, hindi masyadong nasaktan ang puso niya. Siguro dahil hindi naman talaga siya naniniwala sa forever-forever na 'yan. Masyado na siyang sanay sa mga kwento ng kasinungalingan, kalokohan, at mga lalaking walang isang salita.

Pero ang mas mabigat...

Yung akala niya, makakatulong siya sa pamilya nila. Kahit hindi siya in love, handa siyang magsakripisyo. Pero ngayon — wasak lahat. Parang bula na nawala.

* * * * * * * * * *

Papalapit na sana siyang matulog nang bigla siyang nauhaw. Naglakad siya papuntang kusina, tahimik at maingat, pero naabutan niyang umiiyak ang Mommy niya.

"Mom? Anong nangyari? Okay ka lang?"

Nagpunas ng luha si Mama, pilit umiwas ng tingin.

"Wala 'to, Gabbi. Nangangati lang 'yung mata ko."

Lumapit si Gabbi at hinawakan ang balikat nito.

"Mom, please naman. Wag mo akong gawing tanga. Umiiyak ka, eh. Sabihin mo sa'kin. Ano bang problema?"

Hindi niya binitiwan ang Mommy niya.

"Please po. Malaki na ako. Kung may problema ang pamilya natin — karapatan kong malaman. Kahit hindi ko kayo matulungan financially, baka kahit pa'no, gumaan man lang ang pakiramdam mo. Gusto kong makatulong, Mom... please naman po?"

Tahimik si Mama sandali, tapos tumango at inalalayan siyang maupo sa mesa.

"(Sob!) Kanina... tinawagan ako nung buyer ng bahay natin. Kailangan na raw nating umalis. May ipaayos daw sila... kaya kailangan na raw tayong lumipat."

"Pero Mom... parang ang bilis naman ata no'n? Dapat man lang binigyan tayo ng kahit isang buwan..."

"Actually, mabait na nga sila. Anim na buwan na nga nila tayong binigyan ng extension, eh... *(sigh!)* ngayon, dalawang linggo na lang binigay nila."

Nanlaki ang mata ni Gabbi. Alam niyang hirap na sila sa buhay pero hindi niya akalaing ganito na pala kalala.

"At saka..." patuloy ni Mommy, nanginginig, "hindi ko na rin kayang bayaran ang tuition mo... pati ng kapatid mo. Baka kailangan niyong mag-stop muna... or ilipat sa public school..."

Di na niya natapos ang sasabihin. Umiyak na lang siya sa yakap ng anak niya. Si Gabbi, tulala. Pero pinilit niyang bumangon sa pagkagulat.

"Mom... don't worry. Magiging okay din lahat. Kakapit lang tayo kahit gaano kahirap."

Tumingin si Mommy, nanginginig pa rin. "Totoo ba, anak?"

"Promise, Mom. May mabait na anghel na darating... I can feel it. Basta kapit lang tayo sa Diyos."

Yumakap nang mahigpit si Mama. "Sana nga, anak... sana nga..."

At habang yakap ni Gabbi ang ina niya... unti-unting bumigat ang pakiramdam niya. Kasi sa kaloob-looban niya, hindi rin siya sigurado.

Episode 12

Ugh. Tinanggap Din Ang Proposal

Pagkapasok na pagkapasok pa lang ni Gabbi sa kuwar-to nila, parang sinampal siya ng matinding katotohanan—mula sa dating mahirap-hirap na buhay, aba'y naging todo bagsak na! Para siyang nahilo sa bigat ng lahat, kaya napahawak siya sa gilid ng kama para 'di tuluyang himatayin.

"Oh God! Akala ko hanggang 'minor inconvenience' lang ang lahat ng 'to! Yung tipong konting tiis lang, tapos balik normal na. Haaiisst!"

Huminga siya ng malalim. Kailangan mag-isip. Hindi puwedeng iyakan lang 'to.

"Think, Gabbi. THINK!" bulong niya sa sarili niya paulit-ulit, para bang kung ilang ulit niya itong sabihin, bigla na lang mawawala ang problema.

Pero kahit anong pilit niyang alisin sa isip, paulit-ulit bumabalik ang imahe ni Mr. de Guzman—at ang mala-soap opera niyang 'indecent proposal.' Wala na siyang ibang maisip kundi 'yun. Parang horror movie na may rewind button.

"NO, NO, NOOOO!" sigaw niya na parang may kaaway siya sa hangin. "I WILL NOT—I WILL NEVER—I WILL NOOOOOOT!!!"

Pagod na sa drama ng sariling isip, bumagsak siya sa kama at agad na nakatulog.

Pero maya-maya lang, napabalikwas siya ng bangon. Basang-basa siya ng pawis, parang naligo ng walang tubig—nightmare!

"Oh God, akala ko totoo na!" hingal niya.

Sa panaginip niya, may mga siga raw na sumugod sa bahay nila at basta-basta silang pinalayas. Umiiyak, nagmamakaawa silang lahat pero waley—wala talagang awa. Kumalat ang gamit nila parang nasunugan. Tapos biglang naging cloudy at parang misty ang paligid. Nang lumiwanag, nakita niya sina Mommy at Daddy, tila nakakulong sa isang sira-sirang kwarto. Panic mode si ate mo!

"Ano 'to?! Anong nangyayari?! Mommy! Daddy! Saan kayo dinala?!"

Bigla niyang naalala si Josh.

"Josh? Josh?! JOOOSH! Nasaan ka?!"

Sa gitna ng usok, natanaw niya ang kapatid na hinahatak ng mga mukhang hindi niya kilala. Tumakbo siya, habol ng habol, pero laging may humaharang. Parang 'yung dreams na laging nahuhulog ka pero di ka bumabagsak. Si Josh naman, hiyaw ng hiyaw, "Ate! Ate tulungan mo 'kooo!"

Hingal kabayo na siya kakahabol, napadapa pa. Nakita na lang niya si Josh na unti-unting naglalaho.

Blink. Blink. Iling. Ugh. Bangungot nga!

* * * * * * * * * *

Ngayon, gising na gising na siya at ramdam na ramdam ang katotohanan. Napaluhod siya sa kama at nagdasal.

"Lord, huwag naman po... please po... wag Niyo po kaming pabayaan..."

Sa gitna ng self-drama, biglang nagka-lightbulb moment si Gabbi.

At ayun na nga.

* * * * * * * * * *

Inaakala ni Gabbi na magugulat si Mr. de Guzman sa pagdalaw niya sa bahay nito. Pero nope! Siya pa ang na-shock. Aba'y ang lola mo, halos isang oras pinaghintay—at sa opisina pa, parang aplikante na naghihintay ng interview!

Pagpasok ng matanda, dedma. Diretso upo sa kanyang swivel chair, buklat dito, turo doon. Parang hindi siya napansin.

"Yes?" sabay tingin ng pasulput at balik sa ginagawa.

Na-badtrip si Gabbi. Akala niya pagdating niya, red carpet welcome. Pero hindi! Kung hindi lang dahil sa desperasyon niya, malamang naka-mic drop exit na siya.

"Yes?" ulit ni Mr. de Guzman. Parang may echo.

Tumindig ang likod niya, humugot ng lakas ng loob.

"I-It's... it's about your... your offer," pautal niyang bungad.

Ayun. Akala niya tututok na sa kanya si lolo. Pero deadma pa rin. Parang robot lang ang sagot. Gabbi tuloy napaisip: "Baka naman nanaginip lang ako? Baka hindi totoo 'yung alok niya?!"

Ready na siyang umatras, pero biglang nagsalita si lolo.

"What about it?"

Pumikit si Gabbi, parang magko-confess ng kasalanan.

"I...ahh...I...ummm...I am accepting your...your...uhmm... proposal!"

Episode 13

Stop Ba O Tuloy Na?

Teka. Ayun na. Tumingin na sa kanya si Mr. de Guzman. Lalo siyang kinabahan.

"Are you sure about this?"

"Y-Yes!" sagot niya, habang ini-squat ang sarili sa upuan sa kaba.

"That's good," sabay ngiti ng matanda.

Pero sa paningin ni Gabbi, hindi iyon ngiti—kundi smirk ng kontrabida. Parang kakain siya nang buhay. Naisip niyang umatras ulit, pero naalala ang pamilya.

"For them 'to... para sa pamilya namin..."

"W-What do I get in return?" lakas-loob niyang tanong.

Ngumiti pa lalo si matanda. Parang naging bampira. Gabbi felt every hair on her body stand like may bagyo.

"Mmm... parang ang aga naman ng demands mo," sambit ni Mr. dc Guzman.

"I-I just need assurance... na hindi mo ko lolokohin. This is our last card, Sir. Kung mabigo pa 'to, hindi ko alam kung anong mangyayari..."

"Uhum...threat ba 'yan?"

"Warning lang po."

Nagtagal ang katahimikan. Tapos nagsalita na si Mr. de Guzman, parang CEO na nagdi-deal.

"Wala akong maibibigay na kontrata or papel kung 'yan ang hinahanap mo. Pero pwede kang kumapit sa salita ko. I always stand by it. That's how I became successful. Trust is everything. Good enough?"

Hindi sumagot si Gabbi. Pero hindi rin siya umalis.

Tuloy si Mr. de Guzman.

"Okay, for your peace of mind, ito ang offer ko. Babayaran ko lahat ng utang niyo. Isasama na rin ang treatment at therapy ng tatay mo. Si nanay mo may allowance para sa panggastos araw-araw. And yes, tuition mo at ng kapatid mo, covered na. Package deal kumbaga. Ok ka na ba dun? May dagdag pa siguro pero saka na lang 'pag settled na lahat."

Tahimik si Gabbi. Pero deep inside, parang gusto niyang mag cartwheel. Sobrang layo nito sa inaasahan niyang deal.

"Saved na kami! Praise the Lord!" sigaw ng utak niya.

Pero may kurot ng duda. *"Seryoso ba 'to? O baka sweet talk lang? Sa totoo lang, mas mura kung GRO lang ang i-hire niya!"*

Napatingin siya ulit kay oldie.

"Hmm. Mukhang sincere naman siya. Plus, binalaan ko na siya kanina, 'di ba? Siguro trip niya lang talaga ang innocent schoolgirls. O baka baliw. Yung tipong may psychological issues."

Gusto niyang magpasalamat. Pero may kutob pa rin siya.

"Dapat alerto. Walang tiwala sa una. Baka mamaya..."

Nang biglang tumayo si Mr. de Guzman.

"Yiiii! Lalapit na siya! Bilis ng galaw, girl! Patay kang bata ka!"

* * * * * * * * * * *

"I HAVE SOME CONDITIONS MYSELF!" biglang banat ni Gabbi.

"Conditions?" kunot-noong tanong ng matanda. "Demands kanina, ngayon conditions? Medyo nakakachamba ka ha."

Pero sa totoo lang, desperado na lang si Gabbi. Parang walang weapon pero tinutukan ng baril—kapit sa last card.

"(Hikbi!) Puwede bang... pwede bang... huwag mo muna akong... galawin? Hanggang matapos ko ang pag-aaral ko? As in, no kissing, no touching... pramis?"

Alam niyang absurd ang hinihingi niya. Pero gusto lang niyang may assurance. "Hindi ako disposable, okay?!"

Pumikit siya, hinintay ang 'judgement day.'

Narinig niya ang papalapit na hakbang. Kinilabutan siya. Naramdaman niyang dumampi ang buhok niya sa balikat niya. OH. NO.

"Oh God... ito na!"

Nagtaas na ng kamay si Gabbi, ready to block any assault...

"OKAY."

****

Napadilat siya. Hala? What?

Nakita niya si Mr. de Guzman—nagtitimpla ng kape sa may cabinet.

"You're making coffee...?" yun lang ang nasabi niya.

"Ayaw ko nagpapagawa ng kape sa iba," sabay halukipkip habang naghalo ng gatas. "Gusto ko ako ang gumagawa para sigurado."

Tapos biglang tanong, "Gusto mo? Brewed 'to."

Tumango si Gabbi na parang zombie. Gulat na gulat siya—akala niya rape scene na, 'yun pala, coffee break lang!

Natuwa siya, pero may halong *"Ano bang nangyari?!"*

"Sir..." tawag niya.

"Yes?"

"Yung sinabi ko po... yung c-condi...condition ko..."

"Oo, oo. Narinig ko naman. At sinagot ko na rin, 'di ba?"

"D-Do you really mean it po?"

Humigop muna ng kape si Mr. de Guzman bago sumagot. "Syempre. Bakit? May gusto ka pang baguhin?"

"NO, NO, NO!" mabilis niyang sagot. "Okay na lahat, Sir!"

Nanghihinang tumayo si Gabbi, ready to escape before he changed his mind.

"Thank you po, Sir. Aalis na po ako—"

"WAAAIITTTT!!!"

Parang binuhusan ng malamig na tubig si Gabbi. Napahinto siya sa paglalakad. Isang masamang kutob ang unti-unting gumagapang sa likod ng kanyang isip.

"Ay, Diyos ko... alam ko na 'to! Alam ko na talaga!" bulalas niya habang napapailing. *"Napaniwala na naman ako sa mga pa-sweet na 'yan! Niloloko lang ako. Lahat ng sinabi niya—bola lang pala!"*

Naiinis at nasasaktan, hinarap niya ang lalaki, pero napangiwi siya sa pagkalito nang iabot nito sa kanya ang isang tasa ng bagong timplang kape.

"Hindi mo pa nauubos 'yung kape mo," kalmado nitong sabi.

"Okay lang po, Sir," sagot ni Gabbi habang marahang ibinaba ang tasa sa mesa. Pilit niyang kinakabig ang sarili palayo sa sitwasyon. *Makalabas lang ako agad, mas okay!*

"Sayang naman," pagpupumilit ni Mr. de Guzman. "I had my fill already. Matatapon lang 'yan. Besides, may mga kondisyon din ako."

"Mga... kondisyon, Sir?"

"Aba, syempre! Ikaw may mga kondisyon ka... patas lang na meron din ako, 'di ba?"

Napakamot na lang si Gabbi at napilitan tumango. Habang nagpapanggap na nakikinig, mabilis na gumana ang imahinasyon niya.

"Ngek! Ano naman kaya ang kondisyon niya? Na dapat palagi akong available? Hindi pwede, andami niyang tauhan! Taga-kape? Secretary? May department siya para doon! Eh, ano kaya?"

Napatingin siya sa lalaki. *"Naku, baka naman... gusto niya akong isuot ng mga... sexy-sexy? Pwede... mukhang type nga niya 'yun..."*

Bigla siyang natigilan. Isang nakakakilabot na ideya ang pumasok sa isip niya. Napatakip siya sa sariling bibig.

"OH NO!" bulong niya sa sarili. *"Baka gusto niyang maghubad ako sa harap niya... NGAYON NA?! Baka gusto niyang ipagawa sa'kin ang mga kahindik-hindik na bagay!"*

Lalong bumigat ang dibdib ni Gabbi. Wala sa kondisyon niya ang bawal siyang paghubarin!

"Patay... yari ako," halos hindi niya maibulalas. *"Baka may pagkavoyeur pala 'tong matandang 'to... o kaya frustrated peeping tom! Gusto akong panoorin habang... oh, diyos ko! Baka pati video pa 'ko?!"*

****

"Una," panimula ni Mr. de Guzman, "bawal na bawal kang bumagsak sa kahit anong subject. Kailangan mong tapusin ang course mo on time. Isang bagsak lang—game over tayo. Tapos eto pa, pinakaimportante sa lahat – WALANG LANDIAN!!!"

Napahinto siya sandali para ayusin ang sasabihin.

"Uhm... gaya mo rin... iiingatan ko rin ang investment ko," sabay mahinang tawa. "Tinanggap ko ang mga kondisyon mo... so, makatarungan lang siguro na ikaw rin, umiwas sa mga landi-landi... at lalo na—ang mabuntis! Ayokong masayang ang puhunan ko, gets mo?"

Wala nang nasabi si Gabbi kundi tango. Lutang pa rin.

"Simple lang," dagdag pa ni Mr. de Guzman. "Kapag may nakita akong palatandaan na nilabag mo ang kondisyon ko – tapos na ang deal natin. Panghabambuhay na tapos!"

Tumayo siya at umupo sa harapan mismo ni Gabbi. Magkalapit ang kanilang mukha—ilang pulgada lang ang pagitan. Hindi namalayan ni Gabbi na napapikit siya sa takot.

"Naku po! Ito na 'yun!!!" Lahat ng sinabi niya, panlinlang lang! Pinatulog lang ako sa matatamis na salita!"

* * * * * * * * * * *

Inaasahan niyang bigla siyang halikan sa labi. Pero laking gulat niya nang muling magsalita ang lalaki.

"Walang second chance, Gabbi," mariin nitong sabi. "Kahit gumapang ka pa at magmakaawa — WALA NANG SUSUNOD PA. NAIINTINDIHAN MO?!"

Nanatiling pikit si Gabbi. Hindi pa rin maka-imik. Hinintay pa rin ang pinakamasama.

Biglang natawa si Mr. de Guzman.

"(Chuckles) At kung akala mong makakalusot ka ng basta-basta — think again. Kapag hindi mo tinupad ang parte mo sa kasunduan hanggang sa makapagtapos ka, babayaran mo at ng pamilya mo ang lahat ng ginastos ko — pati interes! At kapag di n'yo nabayaran... kakasuhan ko kayong lahat at titiyakin kong makukulong ang bawat isa sa inyo!"

Nanghina si Gabbi. Narinig niyang lumalayo na si Mr. de Guzman.

* * * * * * * * * * *

"Yun na kaya lahat?!" hindi makapaniwalang tanong ni Gabbi sa sarili. Dahan-dahan niyang iminulat ang mga mata. Nakita niyang nakatayo na ito, medyo malayo sa kanya.

Hindi pa rin sigurado kung ano ang nangyayari, tanong niya, "Sir... pangako n'yo po ba na hindi n'yo ako gagalawin... basta't susundin ko lahat ng kondisyon n'yo? At 'yun lang po 'yon? Wala nang iba?"

Ngumiti si Mr. de Guzman at tumango.

* * * * * * * * * * *

Hindi makapaniwala si Gabbi. Inaasahan niyang mawawasak na siya, pero parang may himalang dumating. Bigla niyang niyakap ang matanda.

"*(Sob!)* Maraming salamat po, Sir... sobra po talaga ang pasasalamat ko! Hindi n'yo po alam kung gaano kalaking tulong 'to sa akin... at sa pamilya ko! *(Sob!)* Salamat po talaga!"

Pagka-realize niya sa ginawa, bigla niyang itinulak ang sarili palayo—halos matumba pa siya.

Pagkabawi sa sarili, yumuko siya at nagmadaling lumakad papuntang pinto. Naaalala ang kape, bumalik siya sa mesa at mabilis na ininom ang buong tasa.

"Uhm... uullkk...!"

Napaso siya't halos mabulunan sa pagmamadali. Pagkatapos ay yumuko ulit at tahimik na nagpasalamat kay Mr. de Guzman, na aliw na aliw lang sa kanya, bago siya tuluyang lumabas ng bahay.

Episode 14

Make or Break

Pagbalik sa bahay, hindi mapakali si Gabbi. Paulit-ulit niyang iniisip ang nangyari.

"Ano kayang pakay ng matandang 'yun? Ano'ng habol niya talaga?"

Binalikan niya sa isip ang buong usapan nila. Wala siyang nakitang butas o kalokohan sa alok ni Mr. de Guzman. Lahat ay pabor sa kanya.

Sa huli, inilinga niya ang isip at binulong, *"Eh 'di problema na niya 'yun! Kung gusto niyang tumulong, eh 'di go! Ako pa ba ang aayaw, eh ako ang panalo rito?"*

Pero maya-maya, may gumulong na alinlangan sa isip niya.

"Paano kaya niya kami matutulungan nang hindi nagkakabukingan kina Mama at Papa? Hindi biro ang perang pinag-uusapan dito. Paano niya ipapaliwanag 'yun? Kahit desperado si Mama, madali siyang makaramdam ng kalokohan. At kapag may duda siya... ako ang unang pagbibintangan!"

Biglang nanlamig si Gabbi. *"Kapag nabuking lahat 'to... tapos na kami. Kahit gutom pa kami, hinding-hindi tatanggap sina Mama ng tulong mula sa kanya!"*

Bumalik sa isip niya ang pangarap niyang halos maabot na... at natakot siya.

"Ano'ng gagawin ko? Paano na 'to?"

* * * * * * * * * *

Habang nag-eempake sila ng kapatid niyang si Josh, biglang sumugod si Mama sa kwarto—naka-ngiti, tila may balitang ikabubuhay.

"Mga anak... sinagot na ang dasal natin!" halos sigaw ni Mama, tapos lumingon kay Gabbi. "Tama ka, anak... hindi tayo pinabayaan ng Diyos!"

"Ano pong nangyari, Ma?" sabay tanong ng magkapatid.

"Ligtas na tayo! Hindi ka na kailangang huminto sa pag-aaral!"

Nagyakapan silang tatlo sa tuwa. Sa isip ni Gabbi, hindi lang siya masaya dahil nakaligtas sila... kundi dahil hindi na niya kailangang maging kabit!

****

Nang medyo kalmado na ang lahat, kinulit ni Gabbi si Mama sa detalye. At bigla siyang nanlamig sa narinig.

"Si Mr. de Guzman ang tagapagligtas natin!!!"

"YES! Sabi ko na nga ba't tutulungan niya tayo!" sigaw ni Joshua. "Guardian angel talaga natin siya!"

"Guardian demon siguro..." reklamo ni Gabbi sa isip.

Masayang nagpatuloy si Mama.

"Apparently, may foundation pala 'yung kumpanya nila—para sa mga nangangailangan, gaya natin. Sinumite ni Mr. de Guzman ang pangalan natin... at Praise the Lord! Napili tayo!"

"Yaaay!" hiyaw ni Josh.

"Anong klaseng 'assistance' ang ibibigay ng foundation?" tanong ni Gabbi, may halong sarcasm. Di ito napansin ni Mama.

"Babayaran daw nila lahat ng utang natin, tapos bibigyan tayo ng puhunan para makapagsimula ng negosyo. O 'di ba, bongga?!"

"Fantastik..." irap ni Gabbi, sabay natabunan ng sigawan ni Josh.

"Yeheyy! Tatlong cheers para kay Mr. de Guzmaaaaan!!!"

"Teka, may dagdag pa!" ani Mama, sabay pahinto para sa drama.

"Ugh," bulong ni Gabbi habang napapailing.

"Pati tuition fees n'yo—lahat ng gastusin sa school hanggang makagraduate kayo... sasagutin nila!"

"YES! SIS!!! Di na tayo titigil sa pag-aaral!" sigaw ni Josh habang sinasayaw si Gabbi sa tuwa. Pati si Mama, napasayaw na rin.

Pagkalipas ng saya, medyo malungkot ang tono ni Mama.

"Pero anak... may bad news din. Kailangan pa rin nating umalis dito sa bahay. Kinausap ko 'yung bagong may-ari. Kahit may pera na tayo—hindi raw nila ibebenta pabalik sa atin. May plano na raw sila sa bahay na 'to..."

Natahimik si Mama. "Alam ko namang wala tayong kakayahan dati... pero sinubukan ko pa rin. Ang sakit... pero kailangan tanggapin."

"Awww..." malungkot na sabi ni Josh. Si Gabbi tahimik lang. May kutob na siya.

At hindi nga siya nagkamali.

"Pero may good news uli... *Tan-tara-dan!!!*" sabay dramatic pause ni Mama, "Inalok tayo ni Mr. de Guzman... na tumira sa mansion niya!!!"

"WOOOHOOO!!!" hiyaw ni Joshua habang tumatalon sa tuwa. "Totoo na 'to! Guardian angel natin siya, promise!!!"

Pero si Gabbi, halos mawalan ng ulirat.

"Wala na... tapos na 'ko. 24/7 akong makakasama ng lalaking 'yon... araw-araw. Mas lalo siyang magkakaroon ng pagkakataong gawin ang masama niyang balak..."

"Bad trip..." bulong niya.

Episode 15

End Na Ba Ng Battle?

"**Pero Ma, kailangan ba talagang tumira tayo kay Mr. de** Guzman?" reklamo ni Gabbi, halatang hindi masaya.

"Hindi naman 'kailangan' kung tutuusin... pero kung tutuusin din, wala na tayong ibang choice. Kung magiging prangka ako — ito lang talaga ang meron tayo," sagot ni Mama habang umiinom ng kape.

"Anong ibig mong sabihin?"

"Pwede tayong mag-renta, oo. Pero, asahan mo na, makaka-afford lang tayo ng tagpi-tagping apartment sa bundok ng tralala. Alam mo naman, anak, gusto ko rin tayong magkahiwa-hiwalay ng kwarto... pero kung pipili ako sa dalawa, mas pipiliin ko nang makitira tayo. Hindi ako ang iniisip ko, Gabbi, kayo ng kapatid mo. Ako? Kahit sa tent sa gilid ng kalsada, keribels. Pero kayo... sanay kayo sa maayos na paligid. Gets mo na?"

* * * * * * * * * * *

Tumuloy pa si Mama, "At saka, pagkakataon na rin ito para makabangon tayo agad. Wala tayong iintindihing upa, kuryente, tubig — pati pagkain, sagot pa ni Mr. de Guzman! Sabi niya, siksik, liglig, umaapaw ang ref niya kaya hindi daw issue kung makikikain tayo."

"Pero Ma..."

"Alam ko na iniisip mo, Gabbi. Privacy, 'di ba? Don't worry. Maliban sa mga kasambahay, solo flight si Mr. de Guzman. Sa totoo lang, tayong mga epal ang sisingit sa buhay niya."

"Eh Ma, may mga business associates siya, di ba? Laging may labas-pasok?"

"Naitanong ko na rin 'yan. Ang sabi niya, hiwalay naman 'yung left wing ng bahay — 'yun ang opisina niya. May sariling gate, sariling parking, sariling mundo. Tayo, nasa kanan. Kaya hayahay lang tayo, anak. Pwede pa nga raw tayong manood ng TV or mag-blast ng music kapag wala siya."

"Whoa, ayos 'yun ah!" singit ni Joshua na parang batang nanalo sa raffle.

"Pero Ma, may gamit naman tayo 'di ba?" singit ni Gabbi, "Bakit kailangan natin gamitin 'yung kanya?"

Humugot si Mama ng malalim na buntong-hininga. "Hindi mo alam, pero karamihan ng gamit natin — kasama sa bentahan ng bahay. Ang naiwan lang sa'tin ay mga damit, memorabilia, at konting personal na gamit. Sorry, 'di ko nasabi agad noon, pero kung alam mo lang, halos pambili ng bigas ay kulang pa tayo dati."

"Eh si Dad?" tanong ni Gabbi, palaban pa rin.

"'Yan ang pinakaimportanteng dapat niyong tandaan," babala ni Mama, "Si Dad... hindi dapat makaalam sa lahat ng 'to."

"Bakit naman, Ma?"

"Delikado pa ang kondisyon niya — lalo na sa utak. Hindi niya alam na lugmok na tayo... at hindi niya kailangang malaman. Baka lalo siyang ma-stress, baka mag-relapse. Ayoko."

"Pero Ma, baka mapansin niya yung pagbabago," sabat ni Joshua.

"Kaya nga saktong-sakto ang alok ni Mr. de Guzman. Malaki 'yung kwarto na para sa'tin — mas malaki pa sa karamihan ng bahay!"

"Talaga?!!" bulalas ni Joshua na halos lumundag sa saya.

"Oo, nakita ko kaninang umaga. May pa-partition pa para magkahiwalay kayo ng tulugan. Bongga, 'di ba? Parang may sarili tayong maliit na bahay."

"Gano'n siya ka-handy?" tanong ni Gabbi na parang 'di makapaniwala.

"Apparently, trip niyang mag-DIY. Hobby niya raw 'yon. Kapag lumipat na tayo, aayusin natin yung kwarto para medyo kapareho ng dating set-up. Kahit hindi eksakto, basta 'yung paligid ni Dad, huwag mag-iba masyado. Malabo na rin naman paningin niya, so baka hindi niya mapansin."

"Eh pano 'pag nilipat natin siya?"

"Habang tulog, anak. Dahil sa gamot niya, madalas tulog siya. Saktong tawid-kalsada lang naman 'to, kaya hindi rin hassle."

Tahimik si Gabbi. Hindi kumbinsido pero 'di na kumibo.

Parang naramdaman ni Mama ang nasa loob niya.

* * * * * * * * * *

"Magpasalamat na lang tayo kay Mr. de Guzman. Kung wala siya... ewan ko na lang kung saan tayo pupulutin..."

"At tsaka," sabay ngiti ni Mama, "sabi niya, kayong dalawa — LALO KA NA, GABBI," sabay turo sa kanya, "pwede kayong pumasok at lumabas ng bahay kahit kailan — walang bawal!"

"Talaga, Ma?" tanong ni Joshua na parang naka-jackpot sa lotto.

"Oo! Binigyan pa tayo ng sariling susi — kaya kahit gabihin kayo sa gala, kebs lang! Pero wait lang... walang bawal kay Mr. de Guzman — PERO MERON SAKIN! Ang curfew at ground rules ko, hindi nawawala — malinaw?!"

"Awwww... buzzkill," hirit ni Joshua habang nakangiting parang batang nangungulit.

"Pero Maaaa..." tuloy pa rin ni Gabbi.

"Naku naman, ate!" sabat ni Joshua, "Ang arte mo! Libre na nga 'to, nagrereklamo ka pa? Nakikiraan na nga tayo, reklamo ka pa rin? Anong problema mo?!"

Agad sinapo ni Mama ang bibig ni Joshua. Ayaw niyang humaba pa ang argumento.

Hindi na kumibo si Gabbi. Tahimik na lang siyang tumalikod.

"Kung alam lang nila..." bulong niya habang nagpupunas ng mata.

* * * * * * * * * *

Nag-hire si Mr. de Guzman ng movers. Ang bilis at ayos ng pagkaka-ayos ng lahat. Si Dad, tulog pa rin habang nangyayari ang paglipat. Pagkagising niya, parang walang nagbago.

Wala si Mr. de Guzman sa bahay, kaya sinamantala ni Joshua ang pagkakataon para yayain si Gabbi na mag-explore.

"WHOA! Tsaka DOUBLE WHOA! Mayaman pala talaga si Mr. de Guzman — as in, kabog lahat!" ani Joshua habang paikot-ikot. "Mga gamit niya, parang showroom! May pa-grand piano pa nga yata sa hallway!"

Tahimik lang si Gabbi, trying hard not to look impressed.

"O ayan o! TV pa lang, kalahating pader na! Pwede ko na mapanood lahat ng NBA games dito, wagas!"

Ayaw aminin ni Gabbi, pero gulat na gulat din siya sa nakikita niya. Kahit gusto niyang i-downplay lahat, hindi niya mapigilang mapa-"Wow!"

"Pffft! Kung akala niya mabibili niya ang damdamin ko sa kayamanan — NAGKAKAMALI SIYA! Para pa rin siyang matandang manyak sa paningin ko! Kahit anong gawin niya, hinding-hindi ako papatol sa kanya!"

Bigla siyang napahinto. Naalala niya — technically, hawak na siya ni Mr. de Guzman. Parang binili na rin siya. Literal. Figurative. Lahat na. Napalunok siya bigla. Parang lumamig ang paligid.

"Uhm, ahh... Josh, tara na sa kwarto. Baka hinahanap na tayo ni Dad..."

"Ayyy... bitin!" reklamo ni Joshua pero sumunod din.

Episode 16

Awkward Encounter

Nag-uunat-unat si Gabbi nang makita niya si Mr. de Guzman sa kabilang dulo. Bagong umaga pa lang at tulog-tulog pa siyang lumabas ng kwarto, nakalimutan niyang nasa bahay pala sila ng lalaking kinamumuhian niya. Bigla siyang napatalon nang makita ang itsura nito.

"Magandang umaga!" bati ng matanda habang may kape sa kamay. "Maagang-maaga ah?"

Napanganga lang si Gabbi sa gulat. Kahit naka-pajama naman siya, bigla siyang nagtakip ng dibdib at umurong nang isang hakbang.

Tumawa lang si Mr. de Guzman, umiling nang may halong pagkamangha, at naglakad papalayo.

"Haaiisst! Nakalimutan ko kung nasaan ako," bulong ni Gabbi sa sarili.

"Kung gusto mo ng mainit na kape, may bago sa kusina," tawag nito pabalik.

* * * * * * * * * *

Naghintay muna si Gabbi hanggang sa mawala ito sa paningin bago nagtungo sa pinto.

Hawak niya ang knob, gustong-gusto niyang buksan at tumakbo palayo—pero alam niyang wala siyang takas. Sa kasamaang palad, ito na ang kanyang kulungan.

Lumuhod siya sa sahig.

"(Hikbi!) Hindi ito fair... hindi ito fair," iyak niya nang tahimik. Di niya namalayan ang oras hanggang sa may narinig siyang tunog ng malaking relo sa sala.

"Hala! Nakatulog ako!"

****

Pagkatapos kumalma, bumalik siya sa kwarto. Pero nang malapit na siyang pumasok, umugol ang tiyan niya.

"Baka wala na siya... at walang tao. Pwede akong dumagit ng pagkain sa kusina at bumalik agad nang walang nakakakita!"

Dahan-dahan siyang nagtip-toe papunta sa kusina, lingon nang lingon.

"Whew!" Napabuntong-hininga siya nang makarating. Kahit nakita na niya ito dati, namangha pa rin siya sa laki.

"Ang laki naman nito!" sabi niya habang nagmamasid. *"Parang kusina ng restaurant!"* Nalimutan na niya ang dahilan kung bakit siya pumunta roon.

Bigla siyang napatalon nang may marinig na boses sa likod.

"Nakahanda na ang almusal, Miss Gabbi."

Lumingon siya at may nakita siyang middle-aged na babae. "S-Sino ka?"

"Ako po si Maria... ang head maid dito. Nakaluto na po ang almusal sa dining room."

"Ah... kape lang sana..." mumol niya. "At Gabbi lang... wag na 'Miss.'"

Ngumiti si Maria. "Sige, Gabbi. Pero mas komportable ka sa dining room. Nandun na rin siguro ang nanay at kapatid mo. Pinuntahan na sila ni Gina kanina."

"Sino si Gina?"

"Isa sa mga tauhan ni Mr. de Guzman."

"Salamat... alam ko na ang daan..."

****

Pagdating niya sa dining room, nandun na ang nanay at si Joshua.

"Wow, ate! Parang restaurant!" sigaw nito. "Ang sosyal ng breakfast natin!"

Pinatahimik siya ng nanay.

"Tigil-tigil, Joshua. Hindi naman tayo baguhan sa ganito. Medyo ibang level lang ngayon."

Nahiya ito. "Pasensya na, Ma..."

Kumain sila nang tahimik, bawat isa'y nakapag-iisa. Maya-maya, nagsimulang magkwentuhan ang nanay at si Joshua.

Nanatiling tahimik si Gabbi. Sa loob-loob niya, galit siya. Ayaw niyang may kinalaman ang pamilya niya kay Mr. de Guzman. Sila lang dapat ang may usapan.

"Nasaan si Mr. de Guzman?" tanong ni Joshua.

"Baka nagjo-jogging. Maingat siya sa katawan kaya mukha siyang mas bata sa edad niya."

"Baka dahil marami siyang babaeng nililigawan!" isip ni Gabbi, naiinis.

"Gusto ko maging katulad niya!" bulong ni Joshua.

"ISARA MO YANG BIBIG MO!" biglang sigaw ni Gabbi. Muntik na niyang pagalitan ang kapatid nang mapigilan niya. Tiningnan niya ang nanay at kapatid.

Nagulat silang dalawa. Halos matumba si Joshua. Ang nanay naman, nakanganga, nakataas ang kutsara sa ere.

Pinagaan ni Gabbi ang sitwasyon.

"Haha! Ginising ko lang kayo! Mukhang antok na antok pa eh!"

"Ate! Muntik na akong mahulog! Tignan mo, nagkalat ang pagkain ko!"

"Gabbi, muntik na akong atakihin sa puso! Ano ba yan? Huwag mo nang ulitin!"

"Pasensya na, Ma, pasensya na, Josh," pilit na tawa ni Gabbi. "Ang lakas ko yata!"

* * * * * * * * * *

Pagkatapos nilang kumalma, nagtanong si Mommy:

"Bakit mo sinabing 'isara mo yang bibig mo' nung sabihin niyang gusto niyang maging katulad ni Mr. de Guzman? May problema ka ba sa kanya?"

"Problema? Ako?" depensa ni Gabbi. "Wala! Wala talaga!"

Kumunot ang noo ng nanay.

"Ang ibig kong sabihin," sabi niya, nag-iisip ng dahilan, "eh... baka kasi akala ng bunso natin... madali lang makuha ang lahat ng ito. Hindi niya alam... pinaghirapan ni Mr. de Guzman ang yaman niya... diba, Ma?"

Tumango ang nanay pero hindi pa rin kumbinsido. Ramdam ni Gabbi ang titig nito.

"Ate, anong tingin mo sa akin?!" singit ni Joshua. "Tanga?! Syempre alam ko yan, BOBO KA BA?!"

Sinamantala ni Gabbi ang pagkakataon para ilipat ang atensyon.

"Sino'ng tinatawag mong bobo?!" Nagkunwaring galit siya at hinabol ang kapatid. Paiskandalo lang pero epektibo—tumakbo si Joshua habang ngingisi.

"BEHHHH!" sigaw nito habang nagta-thumbs up.

"Hintayin mo ako!" pabulong na sabi ni Gabbi, pero nakangiti na rin. Lumingon siya at nakita ang nanay na tawa nang tawa.

"Whew! Buti nalimutan na niya yung hinala niya," bulong niya.

* * * * * * * * * * *

Nagkulong si Gabbi sa kwarto. Hindi niya matanggap na kasama nila ngayon ang lalaking kinasusuklaman niya. Kahit may kasunduan sila, galit pa rin siya. Kung hindi dahil sa sitwasyon nila, hindi niya papayagang maging *(kadiri!)* mistress niya. Lalo siyang nagagalit sa pag-iisip na sinamantala niya ang kalagayan nila.

Pero ngayon, masakit na isipin na isang kamay na lang ang layo niya sa kanya.

"Argh! Ang sakit ng irony! Suspek ko talaga, planado lahat 'to! Grrr, ayaw ko sa lalaking 'yon! AYAW KO TALAGA!"

Pinilit niyang mag-isip nang maayos.

"May masama talaga siyang balak—sigurado ako! Bakit pa niya tayo pinatira dito? Ano ba ang gusto niya?"

"Baka may mas malala pa... baka mamamatay-tao siya! Ako lang ba ang target niya... o pati pamilya namin?"

"Naku, baka serial killer siya! Pwede niya tayong patayin lahat... at walang makakaalam. Pwede niyang sabihing umalis lang tayo nang walang paalam!"

Naalala niya ang mga kutsilyo sa kusina—ang lalaki at kakaiba ng iba. Nginig siya sa takot.

"Bakit kailangan niya ng malalaking kutsilyo?"

Pinakalma niya ang sarili. *"Nai-stress lang ako! Epekto 'to ng mga horror movies. Hindi, imposible 'yon! Wala namang masamang mangyayari... sana! (Gulp!)"*

Nang gabing iyon, tiningnan niya ang pinto at siniguradong naka-lock. Para sigurado, doble-lock pa.

Episode 17

Ang Sekretong Kapalit

Kinabukasan, pagkatapos ng hapunan, tinipon ni Nanay ang lahat sa sala. Sa pagkabigla ni Gabbi, kasama nila si Mr. de Guzman. Magsasalita na sana siya nang magsimula si Nanay.

"Anak, pinatawag ko kayo dahil may gustong sabihin si Mr. de Guzman, lalo na sa inyong dalawa. O, batiin n'yo muna."

"Hello po, sir!" sigaw ni Joshua nang buong sigla.

"Hel...lo...(!@##@!)" dugtong ni Gabbi nang may halong inis.

Walang imik na umupo si Mr. de Guzman sa tabi ni Gabbi. Parang nasindak, umusog ito nang kaunti. Tila natawa ang matanda sa reaksyon niya pero walang imik.

Hindi yata napansin ni Nanay ang tensyon at nagpatuloy. "O, sige. Napag-usapan na namin ni Mr. de Guzman ang tungkol sa... pag-aaral ninyo!"

Unang nagsalita ang matanda.

"Uhm... gaya ng alam n'yo, sasagutin ng foundation ng kompanya namin ang tuition, allowance, at iba pang gastos ninyo..."

"YEHEY!" sigaw ni Joshua. Umikot naman ang mata ni Gabbi sa asar.

Pansamantalang tumigil si Mr. de Guzman at ngumiti sa bata. Lalong uminit ang ulo ni Gabbi. Gusto niyang pagalitan ang kapatid pero pinigilan niya—baka maghinala pa si Nanay.

"Argh! Ginagawa lang niyang dahilan 'to para ipamukha sa akin ang kasunduan namin!" isip niya, halos mamutok sa inis.

"Pasalamatan mo ang foundation sa malaking tulong nila," sabi ni Nanay.

"Pero may mga kondisyon ang foundation," dagdag ng matanda.

"Kondisyon? Naman! Ano na naman bang kalokohan 'to?" bulong ni Gabbi sa sarili.

"Siyempre, natural lang 'yan," sagot ni Nanay.

"Dati, ayaw ko sa mga kondisyon," kwento ni Mr. de Guzman, "pero naisip ko, dapat matuto kayong maging responsable. Hindi dapat sasayangin ang oportunidad."

"Ha! Drama lang!" isip ni Gabbi. *"Nagpapakabait ka pa, ha? Kadiri!"*

"Gabbi, okay ka lang?" tanong ni Nanay, nakatitig nang masama.

Nagulat si Gabbi. Akala niya hindi siya pinapansin.

"O-Opo, Ma! Okay lang ako!" pilit na ngiti niya. "Nahihiya lang ako... sa tulong ni Mr. de Guzman. *(!@##@!)"* Dagdag pa niya nang may halong sarkasmo, "Grabe naman po ang kabutihan niyo, sir! Walang kapalit? ANG BAIT NIYO PO TALAGA! *(Grrr!)"*

Walang reaksyon ang matanda, maliban sa malisyosong kislap ng mga mata. Si Nanay naman, parang walang narinig.

"Balik tayo sa kondisyon," sabi ni Mr. de Guzman. "Simple lang—kailangan pumasa kayo. Yun lang!"

"Ang galing, 'di ba?" sabi ni Nanay. "Basta pasado, tuloy ang suporta!"

Biglang may naisip si Gabbi. "Sir, pwede po ba akong magkaboyfriend... basta pasado grades ko?"

"Gabbi!" galit na singhal ni Nanay.

Pero hinawakan siya ni Mr. de Guzman. "Hayaan mo na, Mrs. Navarro. Normal lang 'yan sa mga bata." Tumingin ito kay Gabbi. "Oo, Gabbi. Pwede kang mag-date, mag-party, o magkaboyfriend... BASTA HINDI MAAPEKTUHAN ANG PAG-AARAL MO."

"TALAGA PO?"

"Diretso na tayo," sabi nito. "Pwede kang magka-boyfriend—o kahit ilan pa 'yan—BASTA walang kalokohan. Basta pasado ka, walang problema."

Namutla si Nanay pero tahimik lang.

Tinitigan ni Gabbi ang matanda, parang nag-aaway sila nang walang salita. "Seryoso po kayo?"

"Oo," sagot nito, walang emosyon.

Tumingin si Nanay sa kanila. May kakaiba, pero hindi niya maipaliwanag.

Naramdaman ni Gabbi 'to kaya umiwas siya ng tingin. Pero bago matapos, sinulyapan niya ang matanda nang may mensahe: *"Tigil mo 'yang pagpapakabait mo—hindi ako nabobola!"*

Ngumiti lang si Mr. de Guzman, tila nasisiyahan sa kanilang silent battle.

"May tanong pa ba kayo?" tanong nito. "Ah, isa pa. Gusto ko makita ang grades ninyo—hindi kailangan isubmit, personal lang. Baka may bonus pa kayo kapag maganda!"

"Siyempre!" sabi agad ni Nanay. "Ipapadala ko agad sa inyo 'pag lumabas na!"

"Sana sila mismo ang magpakita sa akin," dagdag nito. "Para mas personal."

Bago makapalag si Gabbi, sumingit si Joshua.

"Yehey! Bonus! Ang galing, 'di ba, Ate?"

Pilit na ngumiti si Gabbi. "Oo... ang galing... (Ugh!)"

Kumislap ang mata ng matanda. "Okay, tapos na ang meeting. Good luck sa inyo." Tumingin ito kay Gabbi nang may malisya.

Biglang nangilabot si Gabbi. Naalala niya ang nangyari noong Grade 8 pa siya...

((((((((O))))))))

Naglalakad si Gabbi kasama ang boyfriend niya sa mall. Halos magkadikit na sila, walang pakialam sa mga tingin ng tao. Wala siyang paki—ang importante, hindi alam ng pamilya niya. Alam niyang magwawala sila kapag nalaman.

Biglang may nakita siyang lalaking lumabas sa isang tindahan. Ang yaman ng itsura—pormado ang suot, aristokratiko ang dating.

"Hmph! Mukhang mayaman 'yan," isip niya, naiinis.

Pero nang lumapit ito, biglang nanlaki ang mata ni Gabbi.

"!@##@! SI MR. DE GUZMAN!"

Walang paalam, itinulak niya ang boyfriend niya.

"Ano ba?!" sigaw nito nang makatama sa ibang tao.

"M-May araw pa tayo!" sigaw ni Gabbi habang lumalayo.

"Bakit, babe?" tanong nito, gustong lumapit.

"HUWAG! WAG KANG LALAPIT!" pabulong na sabi niya. Kita niya sa mata ng matanda—alam nito ang nangyayari.

Ano'ng gagawin niya?

||||||||||

Tumigil si Mr. de Guzman sa harap niya.

"Hello, Gabbi. Bakit ka nandito? Hindi ba't dapat nasa school ka?"

Tiningnan nito ang boyfriend niya, at biglang umurong ito nang walang lingon.

"Boyfriend mo?" tanong nito.

"HINDI PO! (!@##@!)" pilit niya. "Nagtatanong lang po siya ng direksyon!"

Ipipikit na sana niya ang mata, inaasahang pagagalitan siya.

"Ah... ganun ba? Okay!"

Nagulat si Gabbi. "Ha?!"

"Sabi ko, okay lang," ulit nito. "Pero bakit ka nandito? Dapat nasa school ka."

"Uhm... may event po kasi..."

"Event?"

"O-Opo! Tapos na po kasi, kaya... nag-mall na lang ako."

Hindi makatingin si Gabbi sa kahihiyan. Alam niyang hindi naniniwala ang matanda.

Pero biglang nagbago ang usapan.

"Bumibili lang ako ng gamit para sa asawa ko. Nasa ospital siya."

"May sakit po si Mrs. de Guzman?"

Tumawa ito. "Hindi, check-up lang. Sana nga buntis, pero hindi."

"Ah... dasal ko po ang paggaling niya," sabi ni Gabbi.

"Salamat. O, kumain ka na ba? Gusto mo bang samahan ako? Ayoko kasing kumain mag-isa."

Nahawa si Gabbi sa lungkot ng tingin nito.

"S-Sige po."

||||||||||

"May boyfriend ka na ba, Gabbi?"

Biglang tanong ni Mr. de Guzman habang naglalakad sila palabas ng restaurant.

"B-Boyfriend po?!"

Tumango ito, hindi umaalis ang tingin.

"Bakit niya tinatanong 'to? Gusto niyang aminin ko para isumbong ako?" isip ni Gabbi.

"Pero hindi importante kung meron o wala," sabi nito. "Basta hindi masasacrifice ang studies mo."

Tango lang si Gabbi, hindi makapagsalita.

"Wala akong problema sa mga tulad mong nagbo-boyfriend," dagdag nito. "Parte 'yan ng paglaki mo. Pero dapat alam mo ang limitasyon."

Tumigil sandali ang matanda, tila pinipili ang sasabihin.

"Wag kang magpadala sa emosyon. Marami akong nakikitang babae na nasisira ang future dahil sa boyfriend. Sayang."

Tumingin ito sa kanya nang masinsinan.

"Maganda ka, matalino. May magandang future ka. Huwag mong sayangin. Pwede kang mag-boyfriend, pero unahin mo ang pag-aaral."

Ngumiti ito bago tumayo.

"Kailangan ko nang bumalik sa ospital. Salamat sa company. Ingat!"

Naiwan si Gabbi, nag-iisip.

"Para ba niyang pinagsabihan ako nang personal?"

Nakaramdam siya ng kakaibang pag-aalala mula sa matanda.

"Gano'n ba siya ka-concern sa akin?"

((((((((O))))))))

Ngayon, naiinis si Gabbi sa sarili.

"Akala ko talaga concern talaga siya! Pero simula pa lang pala, binabantayan na niya ako! Hayop talaga 'yang matandang 'yan!"

Episode 18

Ganti-ganti Lang

Galit na galit pa rin si Gabbi habang naglalakad papuntang eskuwela. Nangingitngit pa rin siya sa inis, hindi lang dahil sa nangyari sa kanya, kundi dahil buong pamilya nila ay may utang na loob kay Mr. de Guzman.

"Arrgghh! Nakakabaliw! Nakakainit ng bangs!" bulong niya sa sarili, halos manlambot ang bag sa bigat ng inis niya.

At parang sinadya talaga ng universe na dagdagan ang sumpa niya—bigla niyang nakasalubong si Arnel.

"Ay, pusa naman! Bakit kailangan pa siyang makita ngayon?!" singhal niya sa isip. *"Wala na ngang gana sa buhay, dadagdagan pa ng epal king of pa-fall!"*

Si Arnel, kahit na na-bwisit din sa hindi pagsipot ni Gabbi sa "date" nila, ay todo ngiti pa rin. Baka sakaling makalusot pa. Nilabas niya ang best pa-cute voice niya, parang teleserye leading man kuno.

"Babe, bakit 'di ka dumating kahapon? Grabe, sobrang tagal kitang hinintay. Nag-aalala na ako. Anong nangyari? May emergency ba?"

Sa totoo lang, gusto na sanang pitikin ni Gabbi ng malutong si Arnel sa pagmumukha, pero pinigilan niya ang sarili. Hindi sapat ang isang sampal para sa balak ng loko.

"Teka, akala niya siguro boba pa rin ako. Ha! May laban na 'ko ngayon," bulong niya. *"Hindi sapat ang sampal na parusa para sa kalokohang gusto niyang gawin."*

* * * * * * * * * * *

"Ooohh, I'm sooo sorry, babycakes," lambing niya kunwari paglapit, sabay bitaw ng mahinhin na ngiti. May bagong plano nang nabubuo sa utak niya. "Si Mama kasi... masama pakiramdam. Hindi ako makaalis. Galit ka ba?"

“Ha? N-No, of course not! Kaso kasi... ‘yun na sana ‘yung perfect moment natin... alam mo na...”

“Alam ko, alam ko,” pabulong niyang sabi, sabay dikit ng katawan kay Arnel at pakyakap sa braso nito. “At sobrang, sobra akong sorry talaga. Pero pwede pa ba? Pwede pa ba nating ituloy? Kasi grabe na talaga... I’m sooo excited. I wanna feel you inside me...”

Halatang kinilig at na-highblood ang hormones ni Arnel. Namumula-mula pa ang tenga.

“O-Of course, babe! Ayon sa biorhythm chart ko, I’m very, very... uhm capable this week!”

“Talaga baaaa?!” sabay pisil ni Gabbi sa hita nito, “Ay grabe, I feel sooooo uhhhhh... parang hindi ko na kayang maghintay! Gusto na kitang... alam mo na...”

“T-Talaga?!” halos matalsik ang mata ni Arnel sa saya.

“Oo, promise! In fact, gusto ko... NGAYON NA!” biglang sigaw ni Gabbi.

“Ngayon?!” nagpalinga-linga si Arnel. “Uhmmm, babe... baka pwede hintayin na lang natin uwian? May alam akong spot—”

“HINDI! NGAYON NA!” singhal ni Gabbi.

* * * * * * * * * *

“Pero babe—”

“Umatras ka na ba? Chicken ka ba?”

“Hindi, hindi naman ganon! Kaso, nasa school tayo eh...”

“Eh di kung ayaw mo, ako na lang hahanap ng iba!” sabay talikod si Gabbi at kunyaring lalakad palayo.

Sakto, kumagat ang uod—este, si Arnel. Hinawakan agad siya.

“Babe, babe, please naman, huwag kang ganyan! Alam mong gusto kita, sobra pa sa gusto!”

"Naalala mo pa ba 'yung lumang chem lab?" bulong ni Gabbi, parang tinig ni Marian Rivera sa isang commercial. "Wala nang klase dun ngayon. Wala ring tao..."

"Chem lab?" nagdadalawang-isip pa si Arnel. "Eh, delikado yata 'yun? Baka masita tayo..."

"Yun nga ang nakakakilig, noh?! Yung danger factor — ughhh! Nakakakilabot! Tara na, sweety! Hindi ko na kaya. NOW NA!"

* * * * * * * * * * *

Hinila niya si Arnel papunta sa lumang laboratory.

"Babe, babe..." bulong ni Arnel habang papalapit sila sa pinto, "Katabi lang ng gym 'to. Ang daming tao dun..."

"Perfect!" sabay kagat-labi ni Gabbi. "Mas intense 'pag may thrill. Naaamoy mo na ba ang excitement?"

Dinakma pa niya ang sarili kunyari. Ayun, tuluyan nang nalusaw ang konsensiya ni Arnel.

"Bahala na si Batman! Tara na, babe!"

Pagpasok pa lang, sinunggaban na siya ni Arnel. Hinahalik-halikan, hinahaplos-haplos. Pero si Gabbi, todo pakipot, pinigilan siya.

"Babe, bakit?!" tanong ni Arnel, halos maglaway.

"Wait lang sweety... first time ko 'to, gusto ko... very special."

Napailing si Arnel pero pumayag na rin, baka magbago pa ang isip.

"Sige na nga... *(Haaiisst!)* anong gusto mong gawin?"

"Yung dalawang mesa, iusog mo. Pagsamahin mo. Tapos 'yung kurtina diyan, isapin natin. Para comfy! King size na kama, 'di ba? Saan ka pa!"

Napakamot na lang si Arnel pero sinunod.

"Tsaka, wag na nating dumihan uniform natin, hello? May pasok pa tayo after, ayoko ng scandal! Aabot tayo kay Ma'am!"

Nakahubad na si Arnel at naka-brief na lang.

"Tanggalin mo na rin 'yan," sabay turo ni Gabbi sa brief niya. "Wala ka nang pakinabang d'yan ngayon!"

Sumunod naman si Arnel, parang utusang robot. Hindi niya napansin na si Gabbi—fully clothed pa rin at parang umiiwas ng tingin.

"Eh ikaw?"

"Wait lang, magbabanyo lang ako. Doon na ako maghuhubad, para malinis. Tsaka 'wag tayong magkalat ng damit!"

"Hay Gabbi," halos umatake sa kilig si Arnel, "bilisan mo naman!"

Pero tumawa lang si Gabbi, sabay kindat. "Don't worry, baby... paglabas ko, mapapamura ka sa saya. Konting tiis lang. Excitement overload tayo later!"

Pagkasara niya ng pinto, si Arnel todo ngisi.

"Loko 'to, daming trip sa buhay! Pero ayos lang, basta makuha ko 'to... hahaha!"

May narinig siyang konting kaluskos pero hindi niya pinansin.

"Pagkatapos nito, babalibagin ko na siya. Magha-hi, hello, then bye-bye agad! Ghost mode ON! Hahaha!"

Naghintay pa siya ng ilang minuto. Pero... wala pa rin si Gabbi.

"Anong petsa na ba ngayon?"

At dun na nagsimula ang kaguluhan.

* * * * * * * * * * *

"HOY! ANO 'TO?!" biglang bumukas ang pinto, sabay dagsa ng mga estudyante, teachers, cheerleaders, at kung sinu-sino pa. Gulat na gulat. At si Arnel? Nakatayo, hubo't hubad, walang saplot, nagtatakip ng kung anong kaya.

"Anong ginagawa mo rito nang nakahubad?!" tanong ng teacher.

"Sir, hindi po 'to 'yung iniisip n'yo!"

"Eh ano nga 'to, ha?! Exhibitionist ka ba? May nag-report na may lalaking hubo't hubad dito. ETO KA NGAYON!"

Biglang may sumigaw sa crowd.

"OMG, si Arnel 'yan!"

"Kilala mo siya?"

"Oo. Kaklase ko. Certified maniac 'yan! Nambabastos pa dati. Ughh!"

"AKO RIN!" sigaw ng isa pa. "Wala 'yang alam kundi quicky! Mahilig sa mga behind-the-gym na eksena!"

"Baka may hinihintay na naman siyang mabiktima!"

"Mukhang secret HQ niya 'to!"

"Swak na swak lang! Buti nga sayo!"

"Arnel, ang kapal ng mukha mo!" sigaw ni Gabbi, biglang lumitaw sa crowd, kunwari ay shock na shock. "Grabe ka! Mangbiktima ng inosenteng babae para lang matugunan yang masamang pagnanasa mo! Mag-jungle ka na lang! Mas bagay ka doon! On second thought... wag na! Baka mademonyo pati mga unggoy!"

Tawanan ang buong crowd.

"SHAME ON YOU!" sigaw ng isa.

"LOSER!" sigaw ng iba.

"Arnel, eto oh, baka sa'yo 'to," sabay hagis ni Gabbi ng uniform niya. "Nakita ko sa damuhan. Mali yata meeting place mo, huh?"

Agad-agad na tinakbo ni Arnel ang damit niya habang ang lahat ay tumatawa. Si Gabbi? Tahimik na naglakad paalis, may maliit na ngiti sa labi.

"Buti nga sa 'yo. Sana natuto ka."

* * * * * * * * * *

Nang bigla na lang siyang sinunggaban ni Arnel at pinaghahalikan, laking takot ni Gabbi na hindi na niya ito mapipigilan. Sobrang lakas nito at hindi makaya ni Gabbi na mapigilan siya.

Grabe na ang pagkahumaling ni Arnel at wal na itong iniisip kundi makuha siya. Sa takot ni Gabbi, desperado niyang dinampot ang isang metal pipe na ihahampas niya sa ex-boyfriend kung hindi niya makayang makawala.

Mabuti na lang at nagawa niyang makahulagpos mula sa pagkakayakap ni Arnel at nakatakbo sa katabing kwarto. Nanginginig ang katawan na binitawan niya ang metal pipe. Huminga siya ng malalim bago muling itinuloy ang plano.

Ang rason kung bakit niya pinaghintay si Arnel ay para magkaroon ng oras para gawin ang naisip niyang plano. Alam niyang konting pagkakamali lang ay masisira ang plano niya. Kapag nagduda si Arnel, lagot siya. Manginginig siya sa kaba at takot na baka bigla na lang pasukin ni Arnel ang silid.

Pasalamat si Gabbi at walang nagbago sa hitsura ng laboratoryo mula noong huli siyang nandoon. Kinabahan siya na baka barado na ang bintana ng washroom o nawala na ang mga lamesa. Yung planong ginawa niya ay sobrang biglaan lang kaya kahit konting palya, babagsak na ang lahat. Tahimik siyang nagdasal nang makapasok na siya sa loob ng washroom.

Mahirap din ang paglabas sa bintana. Kahoy iyon at bawat galaw niya ay may kaakibat na kaingay. Kinailangan niya ang lahat ng willpower niya para makalusot agad-agad na hindi nakakalansing ang kahoy. Baka marinig siya ni Arnel!

Pagkarating niya sa katabing gym, agad siyang lumapit sa isang P.E. teacher at sa nanginginig na boses ay nagsumbong siya,

"S-Sir...parang may tao po sa luma nating laboratoryo. Nakasilip po ako...at may nakita akong...hubad sa loob!"

"HA?!!!" gulat na sigaw ng teacher.

All of a sudden—mabilis na kumalat agad ang balita at kusang gumulong ang mga pangyayari.

* * * * * * * * * * *

Pagkalabas ni Gabbi sa lumang chem lab, hindi na siya lumingon pa. Hindi dahil sa drama, kundi baka hindi niya mapigilan ang sarili na tumawa ng malakas. Nasa hallway siya, pero para siyang nasa pelikula—slow motion ang lakad, naka-tango-tango pa sa bawat hakbang, habang ini-imagine ang mukha ni Arnel na parang sinabuyan ng mantikang mainit.

"Haaiisst, ganyan ang dapat sa mga feeling guwapo na akala mo lahat ng babae ay guguho sa one-liner nilang cheap!" bulong niya, habang inaayos ang palda.

Sa likod niya, unti-unti nang kumalat ang tsismis.

"Alam mo ba? Si Arnel! Nahuli sa chem lab! Nakahubad!"

"Whaaat?! With who?!"

"Ewan, pero may nagsabing iniwan siyang mag-isa—akala yata may mangyayari!"

"Omg, nabudol siya?!"

"Hindi lang nabudol. Nilantakan ng karma sa harap ng buong school!"

Samantala, si Arnel ay nagtatakbo pa rin, nakayuko, suot ang uniform na hindi maayos ang pagkakasuot. Mukha siyang eksenang galing sa isang prank show na hindi pa aired.

"Ang malas ko naman! Bakit ganito?!" daing niya, habang pinupunasan ang pawis. *"Wala man lang happy ending?!"*

Pero hindi pa tapos ang bangungot niya. Pagdating sa hallway, naabutan niya ang bulletin board. May isang poster na dinikit—parang bagong project ng student council. Title nito?

Warning: Huwag Patulan ang Pa-Fall—Know the Signs!

At guess what? Picture niya ang ginawang sample image. May caption pa:

**"'Mahal kita' daw pero ang lahat pinapaasa lang—
huwag tayong maniniwala sa Pa-Fall!"**

"Ano 'to?! Bakit nandito 'to?! Pati picture ko?!" halos mapunit ni Arnel ang poster.

Pero bago niya ito mapunit, may dumaan na photographer ng school paper. Click!—kuha na naman ang galit niyang itsura.

"Sir Arnel! For next issue po. May feature kami about 'Consequences of School Misbehavior'. Front page ka, congrats!"

"WHAAAT?!"

* * * * * * * * * * *

"Hoy, Gabbi, san ka galing?" tanong ng isa sa mga kaklase niya pagdating niya sa classroom. "Kanina pa kita nakita dito nung umaga pa, pero ngayon ka lang ulit nagpakita?"

Ngumiti si Gabbi.

"Ay, wala naman! Nagpa-'exorcise' lang ako konti... para maitaboy ang masasamang espirito!"

Sabay tawa niya nang todo, habang ang mga kaklase niya ay nagkatinginan, hindi makapaniwala sa sinabi niya.

Episode 19

Starting a New Leaf...Ows, Talaga Lang?

May grupo ng mga kaklase ni Gabbi na nakatambay sa isang sulok ng classroom nang pumasok siya. Pagkakita sa kanya, masiglang kumaway si Hilda.

"Gabbi, Gabbi—dito ka na! Dali!!!"

Lumapit naman si Gabbi, palakad-chill pero curious.

"Anong meron, Hilda? Bakit ka parang hyper?"

"WHOOOAA! Di mo pa alam? May pa-party si Toby mamayang gabi!!"

Biglang kinilig si Gabbi sa narinig.

"TALAGAAAA?!"

"Yup! At sabi sa chika...as in B-O-N-G-G-A! Parang party of the year!"

"(Kilig tawa!) Naku, knowing Toby, hindi talaga papayag 'yun ng simple lang," ani Gabbi. "Anong okasyon?"

"Binilhan siya ng brand new sports car ng Mommy niya – 'yun 'yon!" sagot ni Hilda.

"WHAT?!!!" sigaw ng isa sa grupo. "Binilhan siya ng kotse... tapos may pa-party pa para lang ipakita?!"

"Wow! Daebak talaga!" singit pa ng isa. "Mayaman na nga... mayabang pa!"

Nagkibit-balikat lang si Gabbi.

"Hmmp! Ganyan talaga ang pamilya ni Toby...show-off levels!"

"(Giggle!) True ka dyan, girl!" sabat ni Hilda. "Anyway, kailangan nating i-skip 'tong hapon na 'to para makapaghanda. Saan tayo mag-meet bago pumunta kina Toby?"

"Ay syempre naman," sagot ng isa, "dapat pagandahan tayo! Baka may hot boys don!"

"Sa bahay na lang namin," volunteer ng isa. "Malapit lang kami at pwede ko namang ipa-drive sa van ni Papa."

"Sige, settled na 'yan," sabi ni Hilda. "Kita-kits sa inyo — between six-thirty to seven. Alis tayo by seven. Walang hintayan — deal?"

Sabay-sabay na tango ang lahat.

"Ano pa hinihintay natin? LET'S GOOOOO!" sigaw ni Hilda.

****

Papalabas na ang tropa nang mapansin sila ng class president.

"Huy, Hilda, Gabbi — saan kayo pupunta? Malapit na magstart ang klase!"

"Hay nako!" bulong ni Hilda. "Eto na naman si Madam Pakialamera! Ugh...spoiler queen!"

Harap-harapang sinagot niya ang president.

"(Groan) So what kung mag-cut kami ng klase, Misis Claaaaaasss Preessiiident? Anong magagawa mo ha?"

"(Sigh!) Wala naman talaga. Pero reminder lang... halos lahat kayo in danger nang mag-flunk sa klase dahil sa absences."

"Eh 'di wow!" sigaw ng isa. "Pakialam mo ba?"

Hindi nagpadaig ang presidente.

"...uhm, reminder lang din — may long test tayo bukas. Baka magbigay ng tips 'yung prof natin ngayon. Last check ko...kayo-kayo ang siguradong mawawalan ng chance sa hints!"

"AHHHH! Tama na! Parang nanay ko na 'yan magsalita!" sigaw ni Hilda. "Girls, alis na tayo bago mag-sermon pa ng mas mahaba!"

Tumakbo silang lahat palabas, pero...

Si Gabbi ay naiwan.

****

"Gab! Uy Gabbi!" tawag ni Hilda nang mapansing di sumunod si Gabbi. "Anong ginagawa mo d'yan? Tara na, time is gold!"

Pagkarinig niya ng salitang "flunk," para bang may kumalabog sa utak ni Gabbi. Usually, deadma lang siya. Pero ngayon... biglang sumulpot sa isip niya si Mr. de Guzman...at ang napagkasunduan nila.

Bumalik sa isip niya ang nakangising mukha nito.

"Sheeesh!" bulong niya sa sarili. *"Yung test bukas...grabe, 'di p'wedeng sablay ako! Kapag bumagsak ako — tapos na 'ko!"*

Umalingawngaw sa isip niya ang babala ni Mr. de Guzman:

"Any signs na hindi mo tinupad ang usapan natin — then the deal is off...FOREVER."

"Kapag bumagsak ako..." mahinang bulong niya, *"...lahat mawawala."*

Naalala niya ang bangungot niya dati. Napapikit siya at kinilabutan.

"Gabbi!!! Girl, C'MON — what's the matter?!"

Nahihiyang napamura siya sa sarili.

"Sheesh! 'Di ako makapaniwala sa gagawin ko!"

Lumunok siya, sabay sigaw:

"Uhm...k-kayo na mauna, girls. H-Hindi na muna ako sasama..."

* * * * * * * * * * *

Napatingin ang tropa. Napahinto lahat.

"Gab, seryoso?" gulat na tanong ni Hilda. "Anong drama 'to?"

"OA mo naman, Gabbi," wika ng isa. "Wag kang magbiro ngayon — paalis na tayo!"

"Hindi, seryoso ako. Pass muna ako ngayon. Rain check lang..."

Mukhang pipitik na sana si Hilda pero pinigil siya ng grupo.

"Shhh! Hilda, tara na — nandyan na 'yung prof, konting kembot na lang!"

Napilitan silang magsitakbuhan palabas. Naiwan si Gabbi.

Napabuntong-hininga siya — hati ang damdamin sa desisyon.

"(Groan!)" aniya habang pinipilit magmukhang cool kahit ang awkward ng posisyon niya.

Maya-maya, may lumapit at marahang hinawakan ang manggas niya.

"Huh?!"

Paglingon niya, ang class president — nakangiti, parang proud pa.

"Tara na, Gabbi," wika nito. "Papasok na si prof."

"Ah...oo, oo nga," sagot ni Gabbi. Pasalamat siya. Dahan-dahan siyang naglakad pabalik sa upuan niya.

* * * * * * * * * * *

Kinagabihan, dumaan si Joshua sa kwarto nila. Napansin niya na may ilaw na nanggagaling sa loob.

"(Groan!) Hay naku, si Gabbi talaga — nakabukas na naman ang ilaw! Ayyyy! Lagot 'to kay Mommy!"

Kakagaling lang niya sa paglinis ng mga sapatos nila. Bitbit pa niya lahat ng gamit niya habang binubuksan ang pinto gamit ang isang kamay.

Pagkapasok niya — napa-tili siya sa gulat at nalaglag lahat ng bitbit niya.

!!!BLAGGG!!!

!!!KLANG!!! !!!KLANG!!!

!!!THUDDD!!! !!!THUUDDD!!!

Dumating si Mom, halos lumilipad sa kaba.

"Josh! Josh! Anong nangyari?! May nasaktan ba? Okay ka lang?!"

Tahimik lang si Joshua. Nakatingin. Nakapako sa kinatatayuan. Dahan-dahan niyang itinuro ang loob ng kwarto.

Kinabahan si Mom. Dahan-dahang tumingin kung saan nakaturo si Joshua.

"W-WHAT...?"

Biglang humalakhak si Joshua.

"OMG MOM!!! CAN YOU BELIEVE THIS? NAG-AARAL SI ATEEEE!!!"

Tawa siya nang tawa. Napayuko na lang si Mom sa gulat.

"Gabbi...may sakit ka ba? Bakit ka nag-aaral...?"

Napahinto si Mom, realizing the irony.

Mas lalo pang humagikhik si Joshua. Napatawa na rin si Mom.

"(Chuckle!) Hihihi!"

"Sheeesh! Pamilya ko talaga, oo...mga komedyante!" bulong ni Gabbi habang naiiling sa inis.

****

Nasa kama na si Gabbi nang lumapit si Mom at mahinhing humingi ng paumanhin.

"Sorry ha, Gabbi. Di namin sinasadya. Lalo na si Joshua—"

Pinutol siya ni Gabbi, buong lambing.

"Okay lang, Mom. Gets ko naman... parang sobrang weird lang talaga..."

"Na-badtrip kita, sorry..."

"Ayos lang, Mom. Kahit ako, kung nakita ko sarili kong nag-aaral, baka nahimatay din ako! Hihihi!"

Niyakap siya ni Mom ng buong pagmamahal.

"Thank you, Gabbi. Salamat talaga!"

Tumingin siya kay Gabbi, diretso sa mata.

"Sana, Gabbi...ituloy mo 'to. Hindi lang para sa'kin o kay Dad...o kay Josh – kundi para sa sarili mo. Please...please..."

"I-I'll try, Mom. Hindi ko mapapangako, pero susubukan ko..."

Muling niyakap siya ni Mom.

"Dapat magpasalamat tayo kay Mr. de Guzman. Siya ang dahilan kaya ka bumalik sa tamang landas."

"OMG! Pwede ba..." sabay irap ni Gabbi. *"Pati ba dito, kailangan pa bang banggitin siya?"*

Episode 20

Denial Pa More

Absent sina Hilda at ang buong barkada sa unang klase ng umaga. Tanghali na nang dumating sila—at halatang dire-diretsong pumasok sa school matapos ang party. Lukot-lukot ang uniform, maga ang mga mata, at amoy alak pa yata 'yung isa.

Maingay at magulo silang nagkumpulan habang naghihintay ng prof. Ang ingay nila, para bang sila lang ang tao sa buong classroom.

"Grabe, Gab! Sayang ka!" bungad ni Hilda habang humihikab. "Slambang ang party, 'teh! Riot sa riot! Parang walang bukas sa alak! Whuuup!"

"Girl, you missed half of your life!" dagdag pa ng isa.

"At hindi pa kasama sa kwento ang mga super hot na guys na nando'n," sabat naman ng isa pa. "Whuuu...may mga kwarto pa nga na...uhmmm...alam mo na! Hihihi!"

Ngumiti lang si Gabbi at tumango. Tahimik. Wala siyang masabi. Hindi siya sanay na out-of-place. Kung dati 'yan, siya pa ang pinakaingay sa kanila.

Lumapit si Hilda sa kanya.

"Uy, ano'ng nangyari kahapon, Gabbi? Ba't bigla kang umatras?"

"W-Wala naman..." pabulong niyang sagot.

"Sus, don't give me that! Hindi ka basta-basta aayaw sa isang ganung kalaking event. Spill! Ano talaga'ng nangyari?"

"Whoooaa! Nagbabagong buhay na si Gabbi?!" hirit ng isa.

"Daebak! Hihihi! Si Gabbi...nagpapaka-seryoso?! Seryoso ka d'yan?!!"

"Hindi ah! N-No, of course not," mariing sagot ni Gabbi, "K-Kasi si Mommy...eh..."

"Sheeesh! Gab, 'wag mo kaming gamitan ng Mommy drama mo. Ever since, hawak ka ni Mom mo, 'di ba? Pero hindi mo naman iniinda 'yon dati. So, ano'ng bago ngayon?"

"S-Sabi niya...papatigilin niya ako sa pag-aaral," palusot ni Gabbi.

"Whoop! Ulit nanaman?" singit ni Hilda. "Eh girl, ilang beses na niyang sinabi 'yon. Di ko na mabilang. Bakit ngayon mo lang pinapansin?"

"Eh...s-sabi niya, this time...totoo na raw talaga."

"So what?!" sigaw ng isa. "Eh 'di mas marami tayong time mag-party! Ako nga, iniisip ko na ring tumigil sa school eh!"

Sumunod na lang ang iba.

"Same here!"

"Me too!"

"School sucks, girls!"

****

Hindi alam ni Gabbi kung paano papalag. Ayaw niyang amining bagsak na sila sa buhay, at ngayon umaasa na lang sila sa awa ng iba. Kapag nalaman 'yon ng tropa, lagot siya. Hindi lang basta chismis 'yon—siguradong kakalat agad, parang wildfire.

"Uhmmm...ahhh...uhhh..." pautal-utal siyang sumagot.

Buti na lang, dumating ang prof nila.

Malalim ang buntong-hiningang pinakawalan ni Gabbi. Pero panandalian lang 'yon.

"(Groan!) Feeling ko, 'di pa rin titigil si Hilda sa pangungulit tungkol kahapon," nalulungkot na naisip niya. *"(Sob!)* Ano bang gagawin ko?"

****

"Class, magpapalit tayo ng seating arrangement bago magsimula ang exam," anunsyo ng prof.

Sabay-sabay ang reklamo ng buong klase.

"Oh noooo!"

"Whaaatttt!"

"(Groan!) Na naman?!!"

"Shucks! Lagot na!"

"Unfair 'to!"

"Bakit kailangan pa niyan?"

Kahit halatang naiirita, napilitang sumunod ang lahat. Wala nang nagawa kundi umupo sa bagong puwesto.

Sa wakas, naihiwalay si Gabbi sa barkada.

"Thank God for small miracles!" bulong niya.

At ang hindi niya inaasahan...napaupo siya katabi ni Belinda, ang class president.

"Gee whiz! Universe, seryoso ka ba?!" halos himatayin si Gabbi.

* * * * * * * * * * *

Si Belinda, na dating pinaka-close niya noong elementary. Parang kambal sila noon—magkasama sa lahat. Sabay pumasok, sabay kumain, sabay mag-aral. Palaging top students. Dynamic Duo, tawag sa kanila noon.

Pero lahat 'yon, nagbago. Simula nang maging party girl si Gabbi at napabayaan ang studies niya, unti-unti silang lumayo sa isa't isa. Ilang ulit sinubukang makipag-ayos ni Belinda, pero si Gabbi ang umayaw. Nahihiyang makasama ang dating best friend.

Kahapon, sa awkward moment niya, sobrang thankful siya nang biglang lumapit si Belinda. At ngayon, pagkatapos ng kung ilang taon, magkatabi na naman sila. Kaso ang kaba at hiya, parang tsunami sa dibdib ni Gabbi. Lahat ng beses na ipinahiya at sinungitan niya si Belinda, parang biglang bumalik sa memorya niya.

"Uhm...I'm glad magkatabi tayo ulit," sabi ni Belinda, sabay ngiti.

"M-Me too!" balik ni Gabbi, pilit ang ngiti.

Parang lumiwanag ang mukha ni Belinda.

Biglang nagboses ang prof, pinutol ang usapan nila.

"Okay, ipapasa ko na ang test booklet. Pag nakuha n'yo na, pwede nang magsimula. Good luck!"

* * * * * * * * * * *

Sa gilid ng paningin ni Gabbi, nakita niya sina Hilda na pawis na pawis, aligaga. Halatang hirap na hirap sa exam.

"Hihihi! Lagot kayo ngayon!" natatawang isip niya. Napatingin din si Belinda sa kanila. Nagkatinginan sila at sabay silang napatawa, parang may secret na sila ulit.

Matagal-tagal na rin mula nang seryosohin ni Gabbi ang exam. Dati, wala na siyang pakialam kung bagsak siya o hindi. Pero dahil sa nangyari kahapon, napilitan siyang mag-aral.

"Kainis talaga si Mr. de Guzman! Dahil sa kanya, na-miss ko 'yung party ni Toby! Aiiieee! Imbes na sumasayaw ako sa dance floor, eto ako—nag-aaral?! Ako??? STUDYING?!!!"

Pero kahit nagrereklamo siya, hindi niya maiwasang mapansin—parang effective nga ang pag-aaral. Halos lahat ng tanong, nasagutan niya. Nang i-review niya ang papel niya, nagulat siya... puno ng sagot!

* * * * * * * * * * *

"TIME'S UP!" boses ng prof, parang kumidlat sa classroom. "Stop na at ipasa ang papers sa unahan."

Habang nagrereklamo ang ilan, isa-isang pinasa ang test papers. Si Belinda ang taga-kolekta. Kay Gabbi ang huling papel na kinuha niya, at napansin ni Gabbi na sumilay ang ngiti sa mukha ng class president.

Tumingin ito sa kanya at binigkas ang mga salitang, Great job.

Nag-init ang mata ni Gabbi—hindi sa galit, kundi sa kilig at pagkaantig ng damdamin. Parang ang saya-saya ni Belinda na makita siyang bumabalik sa dating gawi.

****

Maagang dumating ang susunod na prof at nakipagkuwentuhan sa prof na palabas. May ilang ibang teachers ang napadaan at sumali sa usapan. Karamihan sa kanila ay nagtuturo rin sa class nila.

Si Hilda, hindi mapakali. Gusto nang bumalik sa tropa niya.

"Sheeeesh! Sa dami ng pwedeng tambayan, dito pa talaga sila nag-chat — sa room natin?!"

Dahil sa bagong seating arrangement, hiwa-hiwalay ang mga pasaway. Kaya ang buong klase, surprisingly...behaved. May kaunting usapan, pero pabulong lang. Tahimik ang classroom.

Napansin 'yon ng isa sa mga teachers. Nagkatinginan sila at tila may naisip. Pinag-usapan nila ang seating arrangement, at obvious na pare-pareho sila ng problema: ang mga pasaway sa klase. Paulit-ulit silang sumusulyap sa loob ng room.

Kalaunan, tila nagkasundo sila. Tinawag si Belinda at pinakuha ang seating chart. Ilang minuto pa, isa-isa nang umalis ang mga guro.

"Haaaiiiss! Sa wakas," sabay tayo ni Hilda. Ready na siyang bumalik sa tropa. Pero—

"OPS, OPS, OPS! NOT SO FAST GUYS!" sigaw ng prof. "STOP WHERE YOU ARE!"

Parang nakuryente ang buong klase. Lahat natigilan. Yung iba, literal—nakatigil sa alanganing posisyon.

Napailing ang prof, sabay tawa.

"Ang kukulit n'yo talaga! Sige, balik muna sa upuan—may announcement ako."

Tuloy niya.

"Napansin niyo siguro kanina, nakikipag-chat kami sa labas. At ang reason...eh kasi tahimik kayo ngayon, surprisingly."

"Uh-oh..." bulong ni Hilda. May kutob na siya.

"Kaya napag-usapan namin...na baka may kinalaman 'yung bagong seating arrangement dito sa pagbabago."

"Sheeesh!" sabay-sabay ang iba.

"Kaya, napagdesisyunan namin — lahat kami — na panatilihin muna ang seating arrangement na 'to...FOR THE TIME BEING."

"NO WAY!"

"Aaarrggghh! Unfair!"

"This is not democratic!"

Itinaas ng prof ang kamay para patahimikin ang lahat.

"Quiet muna, quiet! Ang sabi ko—for the time being! Kapag hindi effective, papalitan. Pero for now..."

Hindi na narinig ni Gabbi ang sumunod. Kung hindi lang sa nangyari kahapon, baka kasama siya sa mga nagrereklamo. Pero dahil ayaw niyang maungkat pa 'yung issue nila, welcome break ito para sa kanya.

"(Sigh!) Sana pagbalik sa dati, nakalimutan na ni Hilda 'yung nangyari kahapon."

Sumulyap siya kay Belinda.

"(Sigh!) Mukhang...matagal-tagal ko siyang makakatabi," aniya, kunwari'y dismayado. *"Oh well...ganern talaga ang life!"*

Pero kahit paano, sa ilalim ng lahat ng pangarap at pride, may parte sa puso ni Gabbi na...natutuwa. Excited pa nga. Kahit hindi pa niya aminin, may isang bahagi sa kanya na sabik... makasama ulit ang dati niyang best friend.

Episode 21

May Nagbago – Aminin!

Nung ibinalik ang mga test papers, nagulat si Gabbi nang makita niyang mataas ang nakuha niyang grade. Isang malaking pagbabago ito mula sa mga mababa at bagsak na grado na dati niyang natatanggap.

"Wow! Talaga ba ito?" tanong niya sa sarili habang pilit na itinatago ang saya kay Hilda at sa buong barkada. Sa gilid ng kanyang mata, nakita niyang binabantayan siya ni Hilda na parang may alinlangan.

"Class, class," sabi ng prof, "masaya ako sa mga resulta ng long test ninyo. Para bang... uhmmm, er... except sa mga usual suspects sa klase!"

Napatawa ang buong klase, maliban kay Hilda at ang kanyang barkada.

"Anong pakialam namin!?" pang-uuyam nila.

Nagpatuloy ang prof.

"Uhmmm...natutuwa akong makita na bukod sa mga estudyanteng laging nangunguna sa mga exam... may isa na pumasok sa inner circle!"

* * * * * * * * * *

Natahimik ang buong klase. Lahat sila nakikinig sa mga sinasabi ng professor. Kumuha siya ng talaan.

"As usual... si Belinda Sanchez ang may pinakamataas na marka," masayang sabi niya, "pero sino sa palagay ninyo ang nakakuha ng second highest grade?" Maraming estudyante ang nagsabi ng kanilang hula.

"Si Sam!"

"Sigurado akong si Kay!"

"Si Penela siguro!"

“Baka si David!”

Itinaas ng prof ang mga kamay at tahimik ang buong klase. Parang host sa isang talent show, pinatagal niya pa ang announcement.

“Tat-tara-taaatttt! Ang estudyante...na nakakuha ng pangalawang pinakamataas na marka ay si...”

Pinatagal niya ang boses na nagdagdag pa ng excitement. At sa isang magarbong pahayag, sinabi niyang,

“MISS GABRIEL NAVARRO!!!”

Nagulat ang buong klase, pero pagkatapos ay nagsimula silang magpalakpakan at magdiwang.

“HOOOORAAAYYY PARA KAY GABBI!”

“Woot! Woot!”

“Congrats, Gabb! Congrats!!!”

****

Nagulat si Gabbi! Alam niyang mataas ang nakuha niyang grade, pero hindi niya inasahan na magiging pangalawa siya. Lihim siyang tumingin kay Hilda at nakita niyang nangangalit ito at halatang hindi natuwa sa nangyayari. Nanlilisik ang mga mata nito.

Pero hindi nito naibsan ang nararamdamang saya sa puso ni Gabbi. Nagulat siya na maraming kaklase ang nagsasaya para sa kanya. Hindi niya akalain na makakakuha siya ng ganoong suporta, lalo na’t ganito ang mga ugali niya dati.

“Congratulations, Gabbi!” sabi ng professor. “Masaya ako para sa’yo... at sana magtuloy-tuloy!”

Napansin ng professor na maraming kaklase ni Gabbi ang lumapit at nag-congratulate sa kanya.

“Ang dami pala ng mga kaklase mong masaya para sa’yo,” puna niya. “Hmm... mukhang nagkamali ako sa paghusga sa’yo dati.”

Tama naman ang professor sa sinabi niya. Kahit na madalas na nagkakamali si Gabbi, palagi siyang mabait sa mga kaklase. Hindi siya katulad ni Hilda na laging nanghaharass o nananakot sa iba. Siya pa nga ang umaawat at namamagitan kung may gustong awayin ang kanilang grupo.

Habang binibigyan siya ng gentle pat sa balikat at thumbs-up ng professor, pakiramdam ni Gabbi ay sobra siyang na-touch. Hindi niya inakalang, kahit isang kahihiyan siya sa klase, marami pala sa kanila ang may malasakit sa kanya. Naramdaman niya ito ng sobra, kaya't hindi napigilan ang luha.

Nagpunta si Belinda at niyakap siya nang mahigpit. Hindi karaniwan kay Belinda na gawin ito, kaya't niyakap din ni Gabbi, habang ang mga luha ay dumadaloy sa kanyang mukha.

* * * * * * * * * *

"Paano ang exam mo kahapon, Gabbi?" tanong excited na tanong ng nanay niya. "Kamusta ka?"

"Hmm...medyo okay lang," sagot ni Gabbi nang may pag-aatubili.

"H-Hmmm okay lang?"

Sandali siyang tumahimik. Nag-aalangan siyang sabihin ang totoo dahil gusto niyang itago ito kay Mr. de Guzman.

"Arrrgh! Pag nalaman ni Mama ang mataas na grade ko," naisip ni Gabbi, "tiyak tatakbo siya agad para sabihin kay Mr. de Guzman!"

Inisip ni Gabbi na baka isipin ni Mr. de Guzman na mataas ang grade niya dahil sa kanya—at sobrang nakakainis ito! Kahit ano pa ang mga accolades na makakamtan niya, ayaw niyang isama si Mr. de Guzman sa mga ito. Kaya naman pinili niyang itago ito.

"Magkakaroon ako ng mataas na grade dahil sa kanya? Hah! NEKNEK NIYA, ano siya sineswerte?!!!"

* * * * * * * * * *

"Gabb?" naghintay ang Mama niyang may kasamang asahan.

Lihim na tumingin si Gabbi sa kanyang ina.

"Arrrghhh!" sumigaw siya sa isipan. Ang malungkot na hitsura ng nanay niya ay nagpalusaw sa kanyang plano.

"Ummm...ahhh...uh...nakuha ko..." bantulot niyang simula.

"...nakuha ko ang pangalawang pinakamataas na marka sa test..."

* * * * * * * * * * *

Nang marinig ito, niyakap siya ni Mommy nang mahigpit.

"Sabi ko na nga ba!" sigaw ng Mama niya habang nagsasayaw ng masaya.

Kahit na may pag-aalinlangan, naramdaman ni Gabbi ang saya at pagm pride. Hindi pa siya nakakaramdam ng ganito nang matagal, matagal na panahon.

"Huwag mong kalimutan si Gordon!" sabi ng nanay niya, "Sigurado akong matutuwa rin siya!"

Bago pa makapagsalita si Gabbi, tumakbo ang nanay niya palabas ng kwarto.

Naguluhan si Gabbi.

"Gordon? Ngek! Sino siya?"

At biglang naalala niya na si Mr. de Guzman nga pala ang pangalan ni Gordon.

"Sheeesh!!!" sumigaw siya nang malakas. "Ngayon first name basis na lang ang tawagan nila?!!!"

* * * * * * * * * * *

"Okay, Gabb, paki-eksplika nga yung mga nakita naming mga yakap at iyak?" tanong ni Hilda. Sinundan niya si Gabbi papunta sa CR para makipag-usap.

Ililang araw na ang nakalipas simula nang ibinalik ang test results. Parang kahapon lang, parang wala nang awkwardness sa pagitan nila ni Belinda. Naging malapit silang muli.

Nang niyakap siya ni Belinda, bumulong ito sa kanyang tenga,

"Welcome back, Gabbi. Miss na kita... miss ko yung pagiging magkaibigan natin."

Napaluha si Gabbi sa sinabing iyon. Walang pagkamuhi, walang galit, walang kapalit kundi ang tunay na kaligayahan na magkasama na silang muli.

Mula noon, hindi na sila magkahiwalay. Parang mga batang magkaibigan, puro kwento at tawanan silang magkasama. Tila ba ang mga taon ng pagkakalayo ay isang malalim na alaala na lang.

Pero hindi nakaligtas kay Gabbi ang pasimpleng pagmamasid ng mga dating ka-grupo. Sa kabila ng pagiging maingat niya, may namumuong pagdududa sa kanilang mga mukha.

Episode 22

Re-Start Muli

"Uhmm, Gabriela! Sabi ng Mama mo, maganda ng grades mo ngayon!"

Napatalon si Gabbi nang biglang magsalita si Mr. de Guzman mula sa sala. Nakatingin ito sa dyaryo, walang ekspresyon. Abala kasi siya sa pagre-review kaya hindi niya napansin ang lalaki.

"Ano'ng pakialam mo?" iritang sagot niya. "And what's with this...Gabriela name thing?"

"Why, what's wrong with me calling you Gabriela?" sagot ni Mr. de Guzman. "Siguro, dapat lang na i-address kita with your full name...since you are not a child anymore. Diba, yan ang gusto mong trato sa iyo...a matured and responsible adult."

"Ahhh, whatever!" galit na resbak ni Gabbi.

"Teka, mukhang mas maayos ka ngayon ah. Siguro nakakatulog ka na nang maayos?"

Naiirita si Gabbi sa tono nito—parang may halong yabang!

"Haaiiisst! Akala n'ya dahil sa kanya 'to?!"

"Hmph! Ginagawa ko lang 'to para kay Mama. Wala namang malalim na reason!"

"Pero maganda pa rin 'yon!"

"Kung iniisip mo na—"

Biglang pumutol si Mr. de Guzman.

"Wala akong iniisip. Sinasabi ko lang sinabi ng Mama mo. Bakit ang defensive mo?"

"Hindi naman ako—"

Huminto si Gabbi. Napaisip siya. Ginagatungan niya lang pala siya! Kaya nagbago siya ng diskarte.

"Hmph! Naiinip na 'ko sa school. Baka mag-drop na 'ko. Wala namang nakalagay sa conditions mo 'yon, 'di ba?"

May kislap sa mata ng lalaki, pero walang pagbabago sa mukha nito.

Tumagal ang titigan nila. Si Mr. de Guzman ang unang kumurap.

"Bahala ka. Conditions o wala, kaya kitang paalisin anytime. Walang nakasulat sa usapan natin na bawal 'yon... tama ba?"

Bumalik ito sa pagbabasa ng dyaryo.

Naiwan si Gabbi na nagpupuyos ang kalooban sa galit.

* * * * * * * * * *

"Ang aga mo!" bati ni Gabbi kay Belinda sa gate ng school.

"(Giggle!) Ilang segundo lang! Tumakbo pa 'ko para mauna sa'yo!"

"Cheater! I protest! Wala kang libreng snack!"

"Hala! A deal is a deal!"

"Cheater!"

"Hihihihi!"

Ganyan na sila mula nang magkaayos. Lagi na silang magkasama—kumakain, nag-aaral, o nagkukuwentuhan. Masaya na ulit si Gabbi.

Dahil kay Belinda, bumalik ang kumpiyansa niya. Kapag may recitation o activities, nandiyan ang kaibigan para suportahan siya. Unti-unti, nakakabalik siya sa dating sigla.

Si Belinda naman, mas masigla at masaya ngayon. Alam niyang kahit anong mangyari, nandiyan si Gabbi para sa kanya.

* * * * * * * * * *

Lumalaki naman ang agwat nina Gabbi at Hilda. Mula nang bumalik mula sa suspension, hindi na sila nag-usap. Mas gusto pa nga ni Gabbi 'yon—less drama!

Pero alam niyang may darating na gulo. Naghihintay lang si Hilda ng tamang oras para sumugod.

Mas nag-aalala si Gabbi para kay Belinda. Alam niyang isasama ito ni Hilda sa paghihiganti. At hindi handa ang kaibigan sa ganitong klaseng laban.

****

"HIGH FIVE!"

Palitan sila ng high five nang lumabas ang prelim exam results. Parehong sila top sa mga subjects—minsan si Belinda, minsan si Gabbi.

"Weh! Lamang ako sa'yo ng limang puntos sa Math!"

"(Giggle!) Eh numero uno ako sa Science!"

"Loser! Loser!"

"Hahaha! Talunan ka sa Social Studies!"

"Isang punto lang lamang mo!"

"Hihihi! Eh 'di ikaw na!"

Ganyan ang kanilang kompetisyon—masaya, walang bitterness. Parehong proud sa isa't isa.

Hindi nila napansin ang mga matang nagniningas sa galit mula kay Hilda at mga alipores nito.

****

Biglang sumulpot sina Hilda at ang mga alipores nito sa CR habang nagkukuwentuhan sina Gabbi at Belinda. May mga daladalang payong na parang panghampas. Sinarado nila ang pinto.

"Ha! Mukhang masaya kayo ah!"

"Uhm... p-pauwi na kami," gulat na sagot ni Gabbi.

Hinawakan niya si Belinda at naglakad palabas, pero hinarang sila.

"Ano'ng gusto n'yo?" kunwari'y galit na tanong ni Gabbi.

"Chikahan lang muna kay Miss Goody-Goody dito!"

Alam ni Gabbi kung saan papunta 'to.

"Hilda, wala namang ginawa sa'yo si Belinda!"

"WALANG GINAWA?!" pang-irap ni Hilda. "Tang@ mo ba? Simula nang maging close kayo, PAKIALAMERA na 'to! AT NGAYON—LAHAT NG MALI, GINAGAWA NIYA!"

"Ano'ng ibig mong sabihin?" alam na ni Gabbi ang sagot.

"Sinira niya ang utak mo!" sigaw ni Hilda. "Dati, astig ka! Ngayon—naging KJ ka na dahil dito!"

"Hindi totoo 'yan!" singit ni Belinda. "Bumabalik lang si Gabbi sa dati niyang sarili! KAYO ANG NAGSIRA SA KANYA!"

"Ahahaha! Ang tapang ah!" hamon ni Hilda. "Tignan natin kung gaano katapang pagkatapos namin!"

Ramdam ni Gabbi ang pag-uga ni Belinda sa takot. Pero kahit ganon, nakatayo pa rin ito sa tabi niya.

"Unang beses na may tumayo para sa'kin..."

Sinubukan niyang magpaliwanag.

"H-Hindi, Hilda! Si Mama kasi... sinabihan ako na mag-aral nang mabuti o hihinto ako sa pag-aaral! Kaya 'to lahat!"

"Ang daming sinungaling!" pang-iinsulto ni Hilda. "Kung 'di kita kilala, iisipin kong pinoprotektahan mo 'to!"

Nakita ni Gabbi ang pagkasugat sa mukha ni Belinda. Alam niyang kailangan niyang sirain ang puso nito—para iligtas siya.

"Protektahan? SIYA?!" pabulong na tawa ni Gabbi. "Grabe ka naman, Hilda! Bakit ko protektahan 'tong tang@ na 'to?"

Napatigil si Belinda. May luha na sa mga mata.

"Gabbi..." hawak nito sa braso niya.

Iniwasan ni Gabbi.

"Hindi ba n'yo nakikita? Ginagamit ko lang 'to!"

Lalong nagulat si Belinda.

"Stop! Layas ka sa'kin, bobo!" taray ni Gabbi.

"Modus ko 'yan! Pakikisama muna—para tumaas grades ko! Pagkatapos... TATAPON KO RIN SIYA!"

Parang nabasag ang mundo ni Belinda. Akala niya totoo na ang pagbabago ni Gabbi.

"Okay na ba 'to?" tanong ni Gabbi kay Hilda.

Tumango ito, pero may duda pa rin.

Hinila ni Gabbi si Belinda palabas, pero hinarang ulit sila.

"TEKA MUNA!" sigaw ni Hilda. "May utang pa 'to sa amin!"

Kinuha nito si Belinda.

"Gusto naming turuan ng leksyon 'tong pakialamera!"

"Oo! Sampa-sampalinlin natin!"

"Duraan natin!"

Tiningnan ni Hilda si Gabbi.

"Ano? Payag ka bang... AHHAHAHA... bigyan namin ng leksyon 'to?"

Tiningnan ni Gabbi si Belinda—na puno ng takot at lungkot.

"(Sigh!) Kung saan kayo masaya... EH DI GO!"

At lumabas siya nang hindi lumingon.

ЖЖЖЖЖЖЖЖЖЖ

Sobrang sakit para kay Belinda. Umiyak siya nang malakas.

"Hihihi! Nagulat ka? Akala mo tatayo siya para sa'yo? Iyan ang tunay na Gabbi!"

Patuloy lang ang pag-iyak ni Belinda.

"USER SIYA! GINAGAMIT KA LANG NIYA!"

Tumawa ang grupo, habang inaasar siya.

"TAMA NA 'YAN!" sigaw ni Hilda. "ORAS NA PARA TURUAN NATIN SIYA!"

Lumapit ang mga ito, hawak ang mga payong.

Biglang bumukas ang pinto—

At pumasok si Gabbi na parang whirlwind!

Sinipa, tinulak, sinuntok niya ang lahat ng nasa harapan niya hanggang sa makarating kay Belinda.

"Ano—"

"Aray!"

"Huy!"

"SINO BA—"

"Aruuuuy!"

Tumayo si Belinda, gulat na gulat.

"Bel, hawakan mo 'to!" bulong ni Gabbi habang ibinigay ang isang payong. "Sundan mo lang ako. Wag kang magdadalawang-isip—SAPAK LANG!"

Tumango ito, kumapit nang mahigpit.

Tumawa si Hilda.

"AHA! ETO NA ANG TOTOONG GABBI! Akala ko ba user siya?"

"Tigil na natin 'to, Hilda!" sabi ni Gabbi. "Wala tayong mapapala dito!"

"HOY! ITO ANG KARMA NIYO!" sigaw ni Hilda. "tamang-tama, TWO BIRDS IN ONE STONE! IKAW AT SIYA!"

Ramdam ni Gabbi ang panginginig ni Belinda. Hinawakan niya ang kamay nito.

"Wag kang matakot. Hindi kita pababayaan," bulong niya.

"O-Okay lang ako... basta nandito ka," nginig na sagot ni Belinda.

"WOW! ANG SWEET!" pang-uuyam ni Hilda. "Ang tapang mo, Gabbi! Sayang lang... MALI ANG PINILI MONG PANIG!"

Biglang sumugod ang grupo!

Nakahanda na si Gabbi—sinuntok, sinipa, at ginulo ang lahat ng papalapit. Kahit nasasaktan, hindi siya tumigil.

"Aray!"

"Huy!"

"Ang sakit!"

Kahit anong gawin niya, napupuno sila. May nakalusot pa rin—pero gulat ang mga ito nang makatikim ng palo mula kay Belinda!

Pero sa sobrang dami nila, unti-unti nilang sina Gabbi.

Iniharang niya ang sarili kay Belinda para protektahan ito.

"SAPAKIN NIYO NA LANG AKO!"

Dumagsa ang suntok, sipa, at palo.

!!!PRRRTTT!!!

!!!PRRRTTT!!!

"Buti na lang dumating ang guard... hindi tulad sa pelikula!" bulong ni Gabbi sa sarili.

* * * * * * * * * * *

"KAYO NA NAMAN?!"

Halos sumigaw ang guidance counselor nang makita sina Gabbi at Hilda sa opisina. Galing sila sa clinic, puno ng pasa at galos.

"Akala ko ba natuto na kayo?!"

Gulat siya nang makita ang mukha ni Gabbi.

"Ano'ng nangyari sa'yo?!"

Tiningnan niya rin ang mga kalaban—may mga sugat din.

"Mukhang natalo kayo ah! Pero hindi 'yon ang punto—SINO KALABAN NIYO?"

Napatingin siya kay Belinda—na may mga pasa rin.

"SINO GUMAWA NITO SA'YO?!" galit na tanong niya.

"Ma'am," sabi ng isang estudyanteng kasama nila, "si Gabbi po ang sumaklolo kay Belinda."

"HA?! SI GABBI?!"

"Opo. NIlabanan po niya sina Hilda."

"Pero... magkabarkada sila dati!"

"Totoo po, Ma'am," dagdag ni Belinda. "Kung hindi po si Gabbi... baka mas malala pa po nangyari sa'kin."

Tumango ang counselor, may bagong pagtingin kay Gabbi.

"Gabbi... ibang-iba ka na. Proud ako sa'yo."

Tiningnan niya ang grupo ni Hilda.

"At kayong lahat—SUSPENDED KAYO! DAPAT DALHIN NINYO DITO ANG MGA MAGULANG NIYO!"

* * * * * * * * * * *

Nang mag-isa na sila, niyakap ni Belinda si Gabbi.

"Ano 'to?" kunwari'y gulat ni Gabbi.

"(Hikbi!) Wala... natapos na kasi."

Ramdam ni Gabbi—hindi nagduda sa kanya ang kaibigan. Kahit anong gawin niya, nandiyan pa rin ito.

"SINUNGALING!" biro niya. "Akala mo iniwan kita—'di ba?"

Tumango si Belinda.

"O-Oo... akala ko talaga."

"Tang@! Nag-iisip lang ako ng paraan para makalabas tayo! Sobrang dami nila—kaynag-kaya nila tayo!"

"Alam ko! Pero... ang sakit pa rin," ngiti ni Belinda.

"Eh 'di sorry na!"

Biglang nagbago ang eksena.

"Hihihi! Akala ko ba strong girl ka? Bakit umiiyak ka?"

"H-Ha?! Sino umiiyak?!"

"Ikaw! May luha pa!"

"Sheesh! Baliw ka!" pilit na nagbibiro si Gabbi, pero may ngiti na rin.

"Sus! Aminin mo na na love mo ako ng sobrang-sobra kaya binalikan mo ako!"

"Haleeer! Bumalik lang ako kasi ayokong walang kalaban sa klase! Kung hindi, iniwan na kita!"

"Hoy! Kahit natutulog ako, kaya kitang talunin sa klase!"

"Talaga? Eh bakit lamang ako sa Math?"

"Fluke lang 'yon! Eh ako naman sa Science!"

"Weh! Nakatulog lang ako during exam!"

"Hihihi! Crybaby ka kasi! Kaya hinayaan kitang manalo!"

"CRYBABY?!"

At naghabulan na naman ang dalawa sa hallway, tawanan at asaran ang naghahari.

"Hihihi! Loser!"

"Lagot ka sa akin kapag naabutan kita!"

Episode 23

Abangan Ang Susunod Na Kabanata

Enter Gabbi, parang ninja na nag-ingat sa pagsara ng pinto. Ayaw niyang makita ng nanay niya ang mukha niyang bugbog-sarado. Gabi na at madilim ang buong bahay.

"Haaiisst! Sana tulog na si Mom. Wala ring silbi kung makikita niya ako sa ganitong itsura. Magpa-panic lang 'yun! Parang imposible namang maniwala siya sa sasabihin ko."

Dahan-dahan siyang naglakad sa dilim papunta sa kwarto nila.

"Sisilip lang ako sa kama at magtatago sa kumot. Pagdating ng umaga, aalis ako bago sila magising. Mas mabuti nang hindi niya malaman ang nangyari."

Pataas na siya ng hagdan nang biglang bumukas ang ilaw.

"Anong nangyari sa'yo?" sabi ng isang boses.

"Ay, pusang gala!" sigaw ni Gabbi, dismayado. Agad niyang nakilala ang boses.

Dali-daling lumapit si Mr. de Guzman sa kanya.

"Anong nangyari?" tanong niyang muli. "Ano'ng !@##@! ang nangyari sa'yo?"

Naantig si Gabbi. Kitang-kita niya ang pag-aalala sa mukha nito. May lungkot sa boses nito.

Sa gulat ni Mr. de Guzman, niyakap siya ni Gabbi at ibinaon ang mukha sa balikat nito, umiiyak nang todo. Matapang siyang nagpanggap kanina, pero sa loob-loob niya, wasak na wasak na siya.

Ramdam niya ang marahang paghaplos ng kamay nito sa ulo niya, sinusubukang patahanin siya.

"Tama na, tama na," bulong nito sa malambing na boses, "magiging maayos din ang lahat..."

Nanatili sila sa ganoong posisyon nang ilang sandali, walang nagsasalita o gumagalaw.

Matapos ang ilang minuto, nahihiyang kumalas si Gabbi. Nahiya siyang nagpakita ng kahinaan. Hindi siya tumingin at dali-daling nagpunta sa kwarto nila.

"S-Sorry...sorry po sa abala," bulong niya bago pumasok.

* * * * * * * * * * *

Sa kama niya, matapos niyang pakalmahin ang sarili, pinagalitan niya ang sarili sa pag-iyak.

"Aarrgghh! Ang tanga-tanga ko talaga!!" daing niya. "At sa lahat naman ng tao — sa...sa...baliw na matandang 'yun pa... aaarrrggghhh! — hindi ako makapaniwalang ginawa ko 'yun!!!"

Nagngingitngit na siya ngayon.

"Sinamantala ng manyak na matandang 'yun ang sitwasyon — at nagpadala naman ako! Haaiiisss! Nakakadiri ako!!"

Galit na galit siya sa sarili, mariing itinatanggi na nagpapasalamat siya sa sandaling iyon.

"Concern sa akin? Hah! Imposible! Sinamantala lang ako ng nakakadiring lalaking 'yun!!! Arrgghh! Nakakagalit!!!"

* * * * * * * * * * *

Walang ideya si Gabbi nang ipatawag sila ni Belinda sa opisina ng dean. Mas lalo siyang naguluhan nang sobrang init ng pagtanggap sa kanila bago sila ihatid sa opisina ng dean.

Nag-aalala ang dean nang pumasok sila sa kwarto.

"Ano na naman kaya 'to?" tanong ni Gabbi sa sarili. Akala niya noong una, pinatawag siya dahil sa mga kalokohan niya noon. Pero binawi niya ito nang ipatawag din si Belinda.

Sobrang init ng pagtanggap sa kanila at pinaupo sila. Nang nakaupo na sila, nagsalita na ang dean.

"Uh...kumusta kayong dalawa? Naasikaso na ba ang mga sugat niyo? Gusto niyo bang ipa-check ulit sa ospital?"

Naguluhan si Gabbi sa sobrang pag-aalala ng dean.

"Uhmm...bakit parang kinakabahan si dean? Hindi niya ugali 'to," isip niya. "Dahil kaya kay Belinda? Honor student kasi siya. Pero kakaiba pa rin ang kilos niya..."

"Uhmm...hindi po, sir, okay na po kami," sagot ni Belinda. "Hindi na po kailangang mag-alala kayo."

Tumango-tango ang dean habang nagsasalita.

"Ahhh, ganun ba! Mabuti, mabuti!"

Naglakad-lakad siya sa kwarto, halatang sinusubukang buuin ang mga iniisip niya.

Nagkatinginan si Belinda at Gabbi, nagtataka.

Sa wakas, huminto ang dean sa paglalakad, humarap sa kanila at ngumiti nang malapad.

"Ang weird talaga nito," isip ni Gabbi, *"bakit ang bait-bait niya sa amin? At bakit parang mas interesado siya sa akin?"*

"Uhummm," panimula ng dean nang may kumpiyansa, "gusto ko lang ipaalam sa inyong dalawa...na nakausap na namin ang mga magulang ng mga nanakit sa inyo...at napatawan na namin sila ng kaukulang parusa — ahemmm...suspension po."

Huminto siya sandali bago nagpatuloy.

"Kung...kung may iba pa kayong reklamo...o gusto niyong dagdagan ang parusa..."

"Hindi na po, hindi na po," putol ni Belinda, "sapat na po ang suspension, sir. Tama po ba, Gabbi?"

"Huh? Aaahh, oo...oo naman," utal ni Gabbi. Nagulat siya dahil naguguluhan pa rin siya sa dean.

"Mabuti! Mabuti!" sagot ng dean na may pag-apruba at saka umikot. "Uhmm, kung ganun...hindi ko na kayo tatagalin dito. M-Maaari na kayong bumalik sa kwarto niyo."

Nang bubuksan na nila ang pinto, tinawag sila ng dean.

"P-Pakisabi...pakisabi sa mga magulang niyo na naayos na ang lahat. Uhumm...wala nang dapat ipag-alala."

Tumango nang awkward si Gabbi at Belinda habang binubuksan ang pinto.

"Paki-sabi rin sa uncle mo, Gabbi," dagdag ng dean na naguguluhan, "...na naayos na ang lahat."

Natigilan si Gabbi at Belinda at nagkatinginan, nagtataka.

"UNCLE?" sabay nilang sabi.

* * * * * * * * * * *

Humarap si Gabbi sa dean at nagtanong.

"Uncle? Sinabi niyo pong uncle, sir?"

Nagtataka rin si Belinda. Wala siyang narinig na uncle mula kay Gabbi.

Tumango nang masigla ang dean.

"Oo, oo! Pumunta siya dito kaninang umaga at nagtanong... errr...nag-inquire kung ano ang nangyari. Sobrang nag-aalala siya sa'yo. Syempre, tiniyak ko sa kanya na aayusin ko ang lahat!"

"S-Sino po ang uncle ko, sir?"

"Sino? Hahaha! Ang galing mong magbiro — kunwari hindi mo alam! Si Mr. Gordon de Guzman — sino pa ba? OMG, pagkatapos ng lahat ng 'to...hindi ko alam na uncle mo siya!"

"Uncle kuno...," bulong ni Gabbi.

"Uhm...ano? Anong sinabi mo?" tanong ng dean.

"Uh...wala, wala po, sir! I-Ibig kong sabihin...nagulat lang ako na dumalaw ang *(ugh!)* uncle ko dito...sa kabila ng busy niyang schedule..."

"Oo, oo! Napakabait niya na pumunta dito...sa kabila ng busy niyang schedule. Hindi ko alam...na sobrang close kayo."

"Ako rin po...hindi ko alam," buntong-hininga ni Gabbi.

Ipinaliwanag nito kay Gabbi ang lahat. Kilalang benefactor at malaking contributor si Mr. de Guzman sa paaralan nila. Sa katunayan, ipinangalan sa kanya ang isa sa mga gusali nila.

Matapos ang ilang papuri mula sa dean, nakalabas na rin sina Gabbi at Belinda. Hindi na nagtaka si Gabbi kung bakit kakaiba ang tingin sa kanya ng mga tao sa loob ng opisina ng dean nang pumasok sila. Ganun din ang paggalang na ibinigay sa kanila nang lumabas sila.

Nakakatawa at nakakainis ito kay Gabbi.

"Parang tagapagmana ako," bulong niya habang nahihiyang naglalakad.

"Grabe, Gabb," sabi ni Belinda, "pagkatapos ng lahat ng 'to... hindi ko alam na uncle mo si Mr. de Guzman!"

"(Sigh!) Ako rin."

"Huh??? Anong ibig mong sabihin, Gabbi?"

"W-Wala lang! Mahabang kwento, Belinda. Anyway, pwede bang itago mo muna 'to?"

"Huh! Bakit?"

Sinubukan ni Gabbi na mag-isip ng dahilan.

"Hindi mo ba gusto?" sabi ni Belinda, "Simula ngayon, lahat ng tao ay igagalang ka at..."

"Yun na nga, Belinda. A-Ayoko ng ganung atensyon. Ayoko rin na magbago ang trato sa akin ng mga tao sa school. I mean... nakita mo naman kanina sa opisina ng dean, lahat sila nakatingin sa akin...parang tagapagmana ako. Nakakailang...hindi ako sanay sa ganung atensyon — at gosh! — n-pamangkin lang ako niya..."

Tumango si Belinda, naiintindihan siya.

"Naiintindihan kita, Gabb, hindi ako magsasalita."

Sinubukan pa ring magpaliwanag si Gabbi.

"Ayokong maimpluwensyahan ang kahit sino...dahil..." nawala ang mga salita ni Gabbi.

Lumapit sa kanya si Belinda.

"Hindi mo na kailangang magpaliwanag. Mum's the word," sabi niya, "Promise!"

"Ganun din sa'yo," diin ni Gabbi, "Ayokong magbago ang kilos mo, mag-alala, o kung ano pa man sa akin. Ako pa rin ako – walang labis, walang kulang!"

"Sigurado ka?"

"Oo, oo naman! Tratuhin mo ako tulad ng dati."

"Kung ganun," sabi ni Belinda, na may pilyong tingin. Bigla niyang hinampas nang malakas ang likod ni Gabbi.

"ARAY! Belinda, bakit mo ginawa 'yun?"

"Hihihihi! Sabi mo tratuhin kita tulad ng dati," sagot ni Belinda na masayang sumasayaw palayo kay Gabbi, "at sinusubukan ko lang sumunod!!! *(Giggle!)*"

"Hoy, bata ka!" sigaw ni Gabbi habang hinahabol siya. "Humanda ka sa akin!"

"Hihihihi! Loser! Loser! Loser!"

* * * * * * * * * * *

Gabi na nang umuwi si Gabbi. Nag-research sila ni Belinda sa library at nakalimutan ang oras.

Madilim na ang bahay kaya akala niya tulog na ang nanay niya. Nagulat siya nang dali-daling lumapit sa kanya si Mom, kasunod si Joshua, pagpasok niya sa kwarto.

"*(Sniff!)* Oh, Gabbi, proud na proud ako sa'yo!" umiiyak niyang sabi habang mahigpit siyang niyayakap.

"Huh, ano? Bakit po, Mom?"

Kumalas si Mom sa yakap pero hinawakan pa rin siya.

"Sinabi sa akin ni Gordon ang lahat! Oh, Gabbi, proud na proud ako sa'yo!"

"*(Sob!)* Ang kapal ng mukha nilang pagtulungan ka! Susuntukin ko sila kapag nakita ko sila!" sabi ni Joshua habang nakiyakap din.

Mahal na hinaplos ni Gabbi ang buhok ng kapatid niya.

"Hindi na kailangan, bunso. Tandaan mo, tinuruan mo akong sumipa at sinipa ko sila!"

Lumiwanag ang mukha ni Joshua.

"Hahahaha! Ginawa mo ba yung ol' one-two Bruce Lee kicks na tinuro ko sa'yo?"

"Syempre naman!"

Mahigpit silang nagyakapan.

* * * * * * * * * * *

Katatapos lang patulugin ni Mom si Joshua at nakita niyang naghuhugas ng pinggan si Gabbi.

"Ako na ang gagawa niyan, anak," sabi niya, "magpahinga ka na. Kailangan mong magpagaling at bumawi ng lakas."

"Uhmm, okay lang po, Mom. Kaya ko 'to."

Pumunta si Mom sa likod ni Gabbi at niyakap siya.

"Ang saya-saya ko para sa'yo, anak. Nakikita kong unti-unti mo nang naaayos ang buhay mo. At proud na proud ako sa'yo."

Ngumiti lang si Gabbi at nagpatuloy sa paghuhugas.

Pumunta si Mom sa tabi niya at nagtanong, "Bakit hindi mo sinabi sa akin ang tungkol dito? Buti na lang sinabi ni Gordon..."

"Mom, bakit Gordon ang tawag mo sa kanya?" putol ni Gabbi. "Bakit first name basis na kayo?"

"Ha? Anong problema doon, Gab? Halos magkasing-edad lang kami — mas matanda pa nga ako sa kanya. Ganun namin siya tinatawag dati. Ako at ang Dad mo. Magkaibigan kami. May masama ba doon?"

"Whatever!" sagot ni Gabbi na inis na inikot ang mga mata, alam niyang wala siyang magagawa. Nagpasya siyang baguhin ang usapan.

"Uhmm, ano ang sinabi sa inyo ni Mr. de Guzman?"

Nagulat si Mom sa pagbabago ng usapan pero hinayaan niya ito.

"Sinabi niya na nilagay mo sa panganib ang sarili mo para iligtas ang kaklase mo mula sa posibleng malalang bugbog. *(Sigh!)* Napakabait mo, anak...at napakaganda ng ginawa mo."

"H-Hindi naman po malaking bagay, Mom. Kaibigan ko po kasi yung tinulungan ko. Alam kong ganun din ang gagawin niya sa akin...kung baliktad ang sitwasyon."

"Pero, Gabbi...kahanga-hanga ang ginawa mo!" sagot ni Mom.

"Bakit po pumunta si Mr. de Guzman sa school natin?"

"Mmmm...ayon sa kanya, nadaan lang siya sa lugar. Dahil gusto niyang pag-usapan ang tungkol sa kontribusyon niya, naisip niyang sakto ang oras para pumunta doon – kaya pumunta siya."

"Sakto – sheesh!!" bulong ni Gabbi, alam niyang sinadya niyang pumunta sa school nila dahil sa kanya.

"Anong sinabi mo, anak?"

"Uhm, wala po, Mom, wala! Errrr...kung ganun po...paano niya nalaman...ang tungkol sa sitwasyon ko? Malayo ang building ko sa main building!"

"Mmmm...parang...naisipan niyang pumunta sa building mo...para kamustahin ka. Ang sweet niya, di ba?"

Bumuntong-hininga si Gabbi, alam na niya ang nangyari.

Nagpatuloy si Mom.

"Pagkatapos niyang makita ang dean mo, nagpakilala siya – BILANG UNCLE MO!!! – imagine mo yun!"

Inikot ni Gabbi ang mga mata niya sa inis.

"Kaya niya nalaman ang tungkol sa pagiging bayani mo! Kung hindi dahil doon, wala kaming kaalam-alam sa nangyari sa'yo! Bless, Gordon – para siyang guardian angel natin!"

"Oh, Mom...kung alam mo lang!" sabi ni Gabbi sa sarili.

May naalala si Mom. Pumunta siya sa ref, kumuha ng kung ano sa loob at bumalik, inaabot kay Gabbi ang isang package.

"Para sa'yo 'to. Binili 'to ni Gordon...errr, Mr. de Guzman... para sa'yo."

"A-Ano 'to?" tanong ni Gabbi, naguguluhan.

"Mga gamot, gauze pads, ointment, atbp. Sabi ni Gordon, kailangan mong alagaan ang mga pasa mo, baka magpeklat. May mga chocolate din doon — black chocolate..."

"Black chocolate? Paano niya nalaman...?"

"Nasabi ko dati na paborito mo 'yun. Hindi ko akalaing maaalala niya. Uhmmm...siguro talagang naa-appreciate niya ang ginawa mo. Uhhh, parang narinig kong huminto na ang washing machine. Mag-usap tayo bukas, tatapusin ko muna ang paglalaba ko."

Iniwan niyang tulala si Gabbi.

* * * * * * * * * * *

"Haaaiisst! What's his game?!" tanong ni Gabbi sa sarili. Kahit hindi niya aminin, naantig siya sa ginawa nito. Alam niyang sinadya niyang pumunta sa school nila para malaman ang nangyari. Bukod pa doon, ipinaalam niya sa lahat doon na uncle niya siya. Isang pahiwatig na nagsasabing, "wag niyo siyang galawin!"

"Concern ba siya sa akin? Hindi, hindi, hindi! Isa lang 'to sa mga pakana niya para mapalambot ako. Hindi ako magpapaloko!"

Napatingin siya sa brown bag sa tabi niya. Nakita niya ang mga gamot at chocolate sa loob nito. Ang una niyang naisip ay itapon ang lahat. Pero mapapansin 'yun ni Mom.

Umiling siya sa pagkabigo. Nakita niya ulit ang bahagyang nakabukas na bag...at ang mga chocolate!

"HINDI, HINDI, HINDI!!!"

Pumikit siya at sinubukang mag-isip ng ibang bagay. Matapos ang maikling pakikipaglaban, sumuko siya.

"Ahhh, bahala na," sigaw niya. Inilapag niya ang bag sa bedside table at humiga sa kama.

"Matutulog na ako. Ang gulo ng isip ko ngayon...hindi ako makapag-isip nang maayos."

****

Pumikit siya nang mahigpit at pinilit ang sarili na matulog. Pero kahit anong gawin niya, hindi siya makatulog. Dumilat siya at nakita ulit ang bag, ang chocolate na halos nakalabas na.

"Sheeeshh!"

Patuloy siyang napapatingin sa bag. Matapos ang maraming pag-aalinlangan, kinuha niya ang chocolate. Dahan-dahan niya itong binuksan at nagsimulang kumain.

"Paborito ko 'to. Sheesh! Paborito ko lang 'to!!" sabi niya sa sarili, hindi nakakumbinsi habang patuloy na kumakain ng chocolate.

Episode 24

Stress 101

Kung stressful na ang tumira sa bahay ni Mr. de Guzman para kay Gabbi, mas lalo namang naging circus ang pagpasok niya sa school. Ang simpleng paglabas ng bahay tuwing umaga, parang naging game ng patintero na may halong hide and seek.

Kasi naman, may bagong routine si Mr. de Guzman—nagkakape sa terrace tuwing umaga, kung saan kitang-kita niya ang buong driveway papunta sa kalsada. At 'yun ang dahilan kung bakit parang laging may Mission: Impossible moment si Gabbi tuwing aalis siya.

Feeling niya, lagi siyang pinagmamasdan ni Mr. de Guzman—yung tipo ng titig na parang sinusuri ka mula ulo hanggang paa. Yung dating "kind eyes" na akala niya'y puno ng malasakit, ngayon parang "magnanakaw ng dangal" na ang vibe. Ang creepy!

"Oooohhh! Bakit ba kasi palagi siyang nandiyan?! Stalker ba siya? Grabe! Perv alert!" sigaw ni Gabbi sa utak niya habang sinisilip kung may tao sa terrace.

Dahil siguradong-sigurado siyang binobosohan siya ng matanda, todo effort siya para makaiwas. Lagi muna siyang sumisilip mula sa gilid ng pinto. Kapag walang tao, hataw siyang tatakbo paalis, parang may kasunod na multo. Pero kapag andun na si Mr. de Guzman, instant DIY disguise si Gabbi—payong, notebook, jacket, panyo, minsan nga karton na lang kulang! Kahit magmukhang tanga, basta lang hindi siya makita ng matanda.

At pagbiglaang magkasalubong sila? Deadma queen si Gabbi. Poker face. Walk fast. Don't look back. Parang may mission si agent G.

Pero ayun si Mr. de Guzman, chill lang. Ngiting-ngiti pa. Parang wala lang. As if! Eh lalo tuloy siyang naiirita!

Kaya nang ilang araw na hindi niya ito nakikita, grabe ang saya ni Gabbi. Parang nanalo ng jackpot.

"Hehehe! Baka tinamaan ng sore eyes. O kaya naman, ayaw lang niya ng malamig na hangin sa umaga. Whatever the reason, I don't care. The important thing is—FREEEEEEDOM!!!" kinikilig pa siya habang naglalakad paalis.

Habang lumilipas ang mga araw at hindi pa rin nagpapakita si Mr. de Guzman, halos magpa-party na si Gabbi. Kahit may kaunting kirot ng kaba sa puso niya na di niya maipaliwanag, natatabunan naman ng saya ang kung anong bumabagabag sa kanya.

Sana tuloy-tuloy na 'to.

Pero syempre, alam nating hindi din siya mapakali.

* * * * * * * * * * *

"Mom, nasa abroad ba si Mr. de Guzman?" bulalas niya bigla habang naghuhugas ng pinggan.

Ay, kaloka! Bakit ko ba nasabi 'yon?! Napakapit siya sa bibig niya. "Ano ba 'to?! Bakit ako nagtanong ng ganyang kabobohan?"

Napalingon siya agad sa nanay niya, hoping hindi nito narinig. Pero huli na. Kita niya ang kunot noo ni Mama at ang unti-unting pagkabahala sa mukha nito.

"Bakit mo natanong?" tanong ni Mama, halatang naguguluhan. Hindi kasi usual na si Gabbi ang magtanong tungkol kay Mr. de Guzman.

"Ay, naku! Paano ko ba ibabalik 'to?" Kung pwede lang lamunin ng lupa, magpapalunok na siya.

Pero thank God, may pumasok na ideya.

"Uhmmm... kasi... malapit na ang end of school year 'di ba? Eh diba sinabi niya noon... na gusto raw niyang makita ang grades namin?"

Biglang lumiwanag ang mukha ni Mama. Jackpot!

"Oo nga, tama ka! Kahit busy siya, I'm sure he'll make time for that!"

Sinamantala na ni Gabbi ang pagkakataon para makapagtanong pa, kunwari chill lang.

"Ganun ba... kaya siguro... parang hindi ko siya nakikita these past days... lalo na sa umaga?"

"Ha? Hindi ko napansin. Pinapansin mo pala siya?" pabirong tanong ni Mama, pero si Gabbi parang binuhusan ng malamig na tubig.

"WHAT? Ako? Haller Mom! I don't care if he shows up or not. Ano ba 'yang iniisip mo?!"

Ta-ta-ta-taray mode agad si Gabbi. Si Mama, nagtaas ng kamay—peace offering.

"Whoa, relax! Bakit ka ba high blood agad? Tanong lang 'yon, wala namang malisya. Parang may tinatago ka, hija..."

Napaatras si Gabbi. Great. Nagduda tuloy si Mama.

"Wala, wala! Wala akong tinatago. Bakit naman ako magkakaganon?"

Pero si Mama, 'di pa rin convinced. "Pero yung tono ng boses mo..."

"Ay, ewan! Patay na, lalong lumalim 'yung butas na hinukay ko!" reklamo niya sa utak niya.

Nag-isip siya ng mabilis na palusot. Napatingin siya sa pinto ng kwarto ni Daddy—aha! May planong nabubuo.

"Eh kasi naman, Mom... ang dami ko kasing iniisip lately. Si Dad, si Jushua, ikaw rin—baka napapagod ka na masyado. Kaya siguro na-stress ako sa tanong mo. Kasi feeling ko, dagdag pressure na naman. Tapos bigla mo pang binanggit si Mr. de Guzman... parang naghalo-halo lang talaga."

Biglang lumambot ang mukha ni Mama. Lumapit siya sa anak at niyakap ito ng mahigpit.

"Sorry, anak... hindi ko naisip 'yon. Ang dami mo na ngang iniintindi. Patawarin mo si Mama ha? Masyado akong naging pushy."

Gabbi, kahit awkward at guilty, yumakap na rin.

"It's okay, Mom. Ako rin may mali. Huwag mo na pong i-blame sarili mo."

Napangiti siya at sinubukang i-lighten ang mood.

"Hihi! I think we both need a break. As in, legit na break. 'Yung school break... baka pwedeng maglakwatsa naman tayo."

"Maglakwatsa?" tanong ni Mama.

"Oo! Kahit saan lang. Alam ko naman na tight tayo sa budget... pero baka kaya naman natin kung magtitipid tayo. Mag-skip muna tayo sa milk tea, mga ganyan."

Biglang napatili si Mama sa tuwa.

"Perfect timing, anak!"

"Huh?" Napakunot noo si Gabbi. Wait lang... bakit parang may hindi magandang balita 'to?

"Birthday na ni Mr. de Guzman! And he wants to celebrate it somewhere quiet... out of town... and guess what?! He invited us, the WHOLE family! Isn't that great?!"

"NOOOOOOO! Aiiieee! You've got to be kidding me!" napaungol si Gabbi sa loob-loob niya. Ito pa naman ang main reason kung bakit gusto kong magbakasyon—para LAYUAN siya! Tapos eto, kasama pa rin siya?

Excited na tuloy si Mama. "Imagine mo 'yun! Out of town trip na, vacation pa, libre lahat! Si Mr. de Guzman na ang bahala sa gastos. Maybe konting pang-meryenda lang tayo, pero overall, wala tayong poproblemahin!"

Pero si Gabbi, lutang na. Nakaupo lang, hawak ang sentido, tila gustong magsabog ng popcorn sa frustration.

Haiiisst, me and my big, stupid, talkative mouth!

* * * * * * * * * * *

Pagpasok niya sa kwarto, talagang nagdadabog siya.

"Aarrgghh! Bakit ba ako nag-suggest ng bakasyon?! Ako talaga, ako pa! Bakasyon daw, eh kasama pala ang man of my nightmares! Ahhhhh!"

Hinila-hila pa niya ang buhok niya.

"GEEZ! Paano ko ba malalaman na birthday trip pala niya 'yun?! Talk about shooting your mouth and getting into a hole..."

Bigla siyang naputol.

"Goleeee, ate! Bakit ang ingay mo diyan?"

Napatalon si Gabbi. Nakalimutan niyang andun pala si Joshua, nakahiga pa.

"Bakit ka nagwawala? Ano 'tong naririnig kong shooting your mouth and getting into a hole? Anong drama 'to?" tanong ni Joshua, pilit bumabangon.

Napalingon siya sa kapatid. Lutang pa ang mata. Half-asleep. Mukhang bagong gising.

"Wala 'to! Ano ka ba, ewan ka talaga. Nanaginip ka lang siguro! Tulog ka na ulit!" sabat ni Gabbi, sabay kalma-kalma.

Nagkibit-balikat si Joshua, at bumalik sa pagkakahiga. Wala pang tatlong segundo, bumalik na sa pag-hilik.

Si Gabbi naman, napa-buntong-hininga na lang nang malalim.

Episode 25

Bakasyon Grande Pero May Sabit

"Wowwweee!" sigaw ni Joshua habang todo enjoy siyang lumalangoy paikot-ikot sa swimming pool na parang siya lang ang tao sa mundo. Parang isdang pinakawalan sa bagong linis na aquarium! Nasa ilalim ng canopy si Mommy, nakaupo habang binabantayan siya, parang reyna sa gitna ng summer outing.

"Anak, hinay-hinay lang ha," paalala ni Mommy habang nakapamaypay, "kaka-kain lang natin, baka sumakit ang tiyan mo niyan."

"Okay, Mom!" sagot ni Joshua na may nakabalandrang ngiti. Agad niyang binagalan ang kilos niya pero halatang aliw pa rin sa tubig.

Katatapos lang nilang kumain. Pero kung titingnan mo ang mesa nila, parang buffet table sa mamahaling hotel—may lechon, may seafood, may prutas, may dessert—name it, meron! Para silang nanalo sa Eat-All-You-Can Promo sa langit!

"OMG! Mom, grabe 'to!" bulalas ni Joshua nung makita ang mesa. "Parang restaurant sa five-star hotel! Hindi pa ako nakakakita ng ganitong karaming pagkain sa isang upuan! Feeling ko mas marami pa 'to sa nilalagay sa buffet ng SM!"

"Shhh, Joshua, 'wag kang maingay," sabay tawa ni Mommy. "Nakakahiya sa mga tao—kahit ako nagulat, pero behave tayo, anak!"

* * * * * * * * * *

From the very start, si Mr. de Guzman na ang nag-asikaso ng lahat—transportasyon, lodging, pagkain, at kung anu-ano pa. Kahit pa nagpakipot pa sila sa una, pinilit pa rin ni Gordon na siya na raw ang bahala. Sabi niya, matagal na raw niyang planado ang bakasyong ito at overdue na. Masaya raw siya na may makakasama sa halip na mag-isa.

Pinili pa niya ang isang hot spring resort para raw makabuti kay Daddy. At kahit hindi siya sumabay sa kanila ng biyahe, pinagamit niya ang isa sa malalaki niyang SUV para mas kumportable si Dad.

"Hindi ba masyadong sobra na ginagamit pa namin yung sasakyan mo?" tanong ni Mommy, halatang nahihiya. "Kaya naman naming sumakay sa bus o kaya mag-jeep, sanay naman kami..."

"Adela, tigilan mo na 'yan," sabat ni Gordon, sabay ngiti. "May kotse ako na literal na inaamag sa garahe. Mas mabuting gamitin kaysa mabulok lang."

Alam ni Mommy na wala na siyang laban doon. Pinipilit lang niyang huwag magmukhang umaasa. Pero to be honest, ramdam niyang tinatanggal ni Gordon yung pressure sa kanila para hindi na sila mahirapang isama si Lorenzo.

"Pero bakit hiwalay ka pa ng biyahe?" usisa ni Mommy. "Maluwag naman yung van mo, kasya tayong lahat..."

"May appointment ako nung araw na 'yon," paliwanag ni Gordon. "Hindi ko alam kung gaano katagal. Sayang lang oras ninyo kung hihintayin niyo ako. Mas maganda nang mauna kayo para masulit niyo agad ang resort. Don't worry, inasikaso ko na lahat—inaasahan na kayo."

* * * * * * * * * * *

Pagdating ng araw ng biyahe, nakasunod nga si Mr. de Guzman—sa sariling sasakyan nga lang. Tahimik lang si Mommy, pero halata namang napansin niya rin ang coincidence.

Sa totoo lang, akala nila magi-stay lang sila sa simpleng resort, pero pagdating nila... ay grabe. Ang resort ay hindi lang pangmayaman—pang super mayaman! At guess what? Sa kanya pala yung resort. Kaya pala parang royalty ang welcome sa kanila!

Parang panaginip ang vacation—lahat masaya, lahat relax...

Maliban kay Gabbi.

Si Gabbi, deadma. Ayaw niya magpauto sa kunwaring bonding ng pamilya. Hindi siya convinced. Para sa kanya, parang ginagapang lang ni Gordon ang pamilya nila para masanay sa marangyang pamumuhay—para pag nawala, matatakot sila.

"Haaïsst! Nagpapakitang gilas na naman si manong. Pinapakita lang niya kung gaano siya kayaman. Gosh, hanggang saan pa ang drama nitong matandang 'to?" bulong ni Gabbi habang nagsusungit sa sarili.

* * * * * * * * * * *

Nung sinabi ni Mommy na sasama sila sa bakasyon, hindi na siya umalma. Wala naman siyang konkretong dahilan para kumontra. At kung gagawin pa niya 'yun, siguradong magtatanong si Mommy—mas lalo siyang mahuhuli.

Lalo siyang nainis nung inalok ni Gordon yung SUV para sa biyahe. Feeling niya, scheme lang ulit 'yon para makadikit sa kanya.

"OMG, Ate!" sabat bigla ni Joshua, "Ano ka ba? Paano natin madadala si Dad kung wala tayong sasakyan? I-compute mo nga! Kahit pagsama-samahin natin allowance natin sa buong taon—na galing rin naman sa kanya—wala tayong marerentahang ganun kalupit na sasakyan! Ang bait na nga niya, tapos ikaw, parang artista kung umarte!"

"Oo nga naman, anak," dagdag ni Mommy. "Bakit ka ba tahimik? May problema ba?"

"Haha! Hayaan niyo na 'yan, Mom," sabat ni Joshua na may pasimpleng tawa. "Menopause na yata si Ate! Hahahaha!"

"Huy! Baka gusto mong paluin kita," sagot ni Mommy, kunwaring seryoso. Pero napatawa na rin siya. "Loko kang bata ka talaga. Ang bata-bata pa ng ate mo, menopause agad!"

"Tigil-tigilan mo si Ate mo, ha," sabay kurot ni Mommy sa tagiliran ni Joshua. "Baka matuluyan ka niyan!"

Ngumiti lang si Gabbi. Kahit gusto niyang gantihan ang kapatid niya, pinili na lang niyang manahimik. Baka kung ano pa ang masabi niya.

Medyo weird lang na hindi sumabay si Gordon sa van, pero halatang sinundan pa rin sila. Parang may sariling mission.

At kahit nasa resort na sila, hindi rin ito nakisawsaw sa kasiyahan. Nasa tabi lang siya ng cottage, panay scroll sa cellphone o basa ng iPad, pero kadalasan, titig lang siya sa kanila na parang director ng teleserye.

"Ewan ko ba dito kay lolo," bulong ni Gabbi habang nakasandal sa beach chair. *"Baka naman nahiya lang mag-swimming... ayaw ipakita yung kulubot niyang katawan. O baka takot sa tubig? Hihihi! Baka hindi marunong lumangoy, at baka lunurin pa siya ng kiddie pool! Grabe, ang sama ko!"*

Habang kumakain sila sa ilalim ng canopy, muntik nang mabilaukan si Gabbi nung biglang naghubad si Gordon at lumusong sa pool. At hindi lang basta-lusong—nag-swimming pa ng ilang laps, parang model ng senior citizens' magazine. Halatang alagang-alaga ang katawan. May abs pa!

Parang nabatukan sa hiya si Gabbi.

"Tse! Mayaman lang kasi kaya ganyan!" bulong niya, inis na inis sa sarili dahil mali na naman ang hinala niya.

* * * * * * * * * * *

Matapos ang ilang buwan, tapos na rin ang second semester. At halos lumuwa ang mata ni Gabbi sa tuwa—ang taas ng grades niya!

"OMG! Totoo ba 'to?" halos maiyak siya habang tinitingnan ang classcards niya. Parang kahapon lang, nasa bingit siya ng pag-repeater life.

Biglang may kamay na nang-agaw ng cards niya—si Belinda!

Tinignan nito ang classcard, sabay irap kay Gabbi.

"NAHHH!" sabi nito habang nang-aasar.

"Hindi pa rin sapat! You're still a second-rate, trying hard—copycat! Hihihihi!"

"Gimme that, you... you... you karibal ng grades ko!" sigaw ni Gabbi habang inaagaw pabalik ang cards. "And so what? Bakit ka affected? Feeling ko, insecure ka lang! Aminin mo na kasi! Aminin mooo!"

Biglang niyakap siya ni Belinda nang mahigpit.

"Insecure... sa'yo? In your dreams!"

Nagtinginan sila ng masama, kunwari lang. At ilang segundo lang, sabay silang napatawa nang malakas.

Maya-maya, hayun na, chikahan na naman—kumpara ng grades, kwento ng profs, at pati latest tsismis sa campus.

Episode 26

Matalino Man Daw Ang Matsing

"Anak, may gagawin ka ba this coming Sabado?" tanong ni Mommy kay Gabbi habang naghahanda silang matulog. Inaantok na sana si Gabbi nang biglang itanong 'yon, kaya't walang pag-aalala niyang sinagot.

"Uhm, wala naman, Mom," sagot niya, tuliro pa ang utak. "Wala akong plano, tapos na lahat ng schoolworks ko. Bakit, Mom?"

"Sigurado ka? Walang homework o gala man lang?"

"Haayyy, Mom! Ang kulit mo, senior moment ba 'to? Hihihi! Joke lang, Mom. Oo, Mommy dear, sobrang free ko this Saturday—kahit Sunday pa! Bakit? Gusto mo bang linisin ko buong bahay, maghugas ng CR, o mamalengke? 'Wag kang mag-alala, game ako, promise! No backing out. So, ano bang gusto mong ipagawa sa'kin? Your wish is my command."

"G-Gusto ko sanang tumulong ka sa... birthday party ni Mr. De Guzman..."

* * * * * * * * * *

Parang gusto na lang ni Gabbi na sampalin ang sarili nang marinig 'yon.

"Ayiiieee! Ang daldal ko talaga!" pagpupuna niya sa sarili. *"Ba't 'di ko naisip 'yun?!!!"*

Alam na alam niyang malapit na ang birthday ng matanda. At sigurado rin siyang maghahanda 'yon ng malaki, tulad ng ginagawa nito taon-taon. Kaya nga ilang araw na niyang pinag-iisipan kung paano siya makakaiwas. May plano na nga siya—mag-overnight sa bahay ni Linda, kunwari may urgent school projects silang kailangang tapusin.

Para hindi magmukhang suspicious, balak niyang sabihin kay Mom sa Miyerkules, tatlong araw bago ang party.

"(Giggle!) Since maaga ako magpapaalam, 'di niya maiisip na umiiwas ako sa party ni Mr. De Guzman. Pagdating sa school activities, sureball papayag si Mom. Tsaka na niya malalaman na birthday pala ng lolo no'n—huli na ang lahat!"

Pero hindi niya inasahan na hihingi mismo ng tulong si Mommy. Napasinghal na lang siya sa sarili sa sobrang kabiguan.

"Haaiiist! Dapat sineryoso ko muna 'yung tanong niya bago sumagot. Ngayon, wala na akong lusot! Mahahalata na ni Mom na nagdadahilan lang ako!"

****

"P-Pero, Mom... marami namang tao si Mr. De Guzman," pagtatanggol niya, "bakit pa tayo kailangang makisawsaw doon?"

Tiningnan siya ni Mommy na may halong pang-unawa.

"Oo, marami siyang tauhan, pero mas maganda kung tutulong tayo. Parang personal touch. Alam kong matutuwa siyang makita tayong nag-e-effort para tumulong sa kanya."

"Pero, Mom—?"

"Ano ba 'yan, Ate," singit ni Joshua, "sheesh! Sa dami ng tulong ni Tito Gordon sa atin, dapat nga excited ka pang tumulong. Anong problema mo?"

Naipit na si Gabbi at wala na siyang maisagot.

Episode 27

Ang Bonggacious Na Party

Nakatayo si Gabbi sa gitna ng grand ballroom, hawak-hawak ang half-inflated gold balloon sa kanyang mga daliri. Halatang-halata sa mukha niya ang pagkainis—nakasimangot, naka-crossed arms, at may aura ng *"I would rather be anywhere but here."*

Sa isip niya: *Bakit ako? Bakit ako ang napiling humanap ng kaligayahan sa pagbu-blow up ng balloons para sa isang... manyak na may birthday?*

"Gabbi, 'wag kang tamad! Tulungan mo nga 'yung mga staff mag-set up," sabi ni Mommy, habang nag-aayos ng table centerpiece.

"Ma, hindi ako event stylist!" reklamo ni Gabbi, pero wala na, tuloy pa rin siya sa pagpupump ng hangin sa balloon. Biglang—*POP!*—sumabog 'yung isa sa mukha niya.

"Aiiieee!" sigaw niya, napatalon nang konti.

Tumawa ang isang staff. "Ate, 'wag po masyadong aggressive. Balloon po 'yan, hindi kalaban."

Gabbi glares. *Sino ba 'tong nakikialam?*

****

Biglang may lumapit na babaeng naka-all-white outfit, chic ponytail, at naka-headset. Si Ate Event Planner, mukhang straight out of a *"How to Look Rich on a Budget"* vlog.

"Excuse me, girl," sabi nito, hawak ang clipboard. "Paki-ayos 'yung dessert table. And make sure the macarons are arranged by color—ROYGBIV, ha? Hindi 'yung basta-basta."

Gabbi's eye twitches. *Girl?! Akala niya ata kasambahay ako?!*

With her sweetest, fakest smile, Gabbi replies: "Actually po, hindi ako staff. Ako po si Gabbi Navarro. Anak po ako ng..." She gestures vaguely toward her mom.

The event planner blinks. "Oh. My bad." Then walks away, pero may halong *"Ew, mayabang"* sa tono.

Gabbi fumes at gustong sabunutan yung event planner pero nakapagpigil.

****

Habang naghahabol ng hangin *(both literally sa balloons at metaphorically sa buhay),* napadaan si Gabbi sa staff pantry. Naririnig niya ang dalawang waiters nag-uusap:

"Grabe, ang bait talaga ni Sir. Binayaran niya 'yung college tuition ng anak ko."

"Oo! Saka 'yung pinsan ko, na-ospital, sagot lahat ni Boss. Kahit 'di naman employee."

Gabbi pauses. *Wait. This doesn't compute.*

Bakit ganun? Kung manyak siya, bakit ang daming taong grateful sa kanya?

Biglang may boses sa likod niya.

"Problemado ka ba diyan sa balloon, o nag-iisip ka ng masamang balak sa'kin?"

Gabbi gulps. Mr. de Guzman himself, nakasimangot pero may hint ng... amusement?

"W-wala po," sabi niya, pero napapikit nang mariin. *Sheesh! Bakit hindi ko siya narinig dumating?!*

****

Nakatayo si Gabbi sa harap ng dessert table, nakapamewang habang nakatingin sa bundok ng pastel-colored macarons. Naka-cross ang braso niya. "ROYGBIV? Talaga? May time pa kayo para d'yan?" Gamit ang daliri, ginulo niya ang maayos na pagkakaayos at sinimulan itong isaayos—ayon sa laki.

Biglang may bumulong sa likod niya. "Di ba dapat naka-rainbow order 'yan?"

Halos lumukso sa takot si Gabbi. Si Ate Clipboard—ang event planner na kanina pa siya tinititigan nang may halong hinusga—ang nasa likod niya, nakataas ang kilay.

"Mas aesthetic 'to," sagot ni Gabbi, itinaas ang baba. "Chronological by size. Parang character development."

Kumunot ang noo ni Ate Clipboard. "Ano daw?"

Pero bago pa makapalag si Ate Clipboard, may sumigaw mula sa kusina. "Saan 'yung extra whipped cream?!"

* * * * * * * * * * *

Para makaiwas sa masungit na tingin ni Ate Clipboard, sumiksik si Gabbi sa kusina—at doon niya nakita ang ganap na kaguluhan. Parang giyera! Nagtatakbuhan ang mga waiter, may kusinero na hawak ang spatula parang espada, at may nagwawala dahil nawawala ang fondant.

"Haaiisst! Parang Battle of Manila 'to ah," bulong niya sa sarili.

Isang kitchen staff, mga isa o dalawang taong mas matanda sa kanya, ngumisi. "First time?"

"First and last," reklamo ni Gabbi, pero nang makita niyang puno ang kamay nito, kusang inabot niya ang bowl ng frosting.

"Salamat, sis," biro nito. "Gusto mo rin mag-decorate ng cupcakes?"

Kung sa ibang pagkakataon, tatawa lang si Gabbi at aayaw. Pero may kakaiba sa eksenang 'to—yung tawanan sa gitna ng kaguluhan—kaya hinawakan niya ang piping bag. "Sige. Pero 'wag kayong umasa ng masterpiece."

* * * * * * * * * * *

Makalipas ang isang oras, puno ng frosting ang kamay ni Gabbi, nakalugay ang buhok na dati'y nakatali, at... masaya pala siya. Hanggang sa mapansin niya ang birthday banner na nakasabit nang baluktot.

"Ha! Kahit ang universe, sang-ayon na off-balance 'tong party na 'to," pabirong sabi niya sa walang tao.

Pero bago pa niya namalayan, umakyat na siya sa upuan para ituwid 'yon. Nagkagulo ang mga tao sa kusina.

"Gabbi, huwag! Delikado 'yan—"

Huli na. Naituwid na ni Gabbi ang banner—sa eksaktong pagpasok ni Mr. de Guzman kasama ang grupo ng investors.

Katahimikan.

Napatigil si Gabbi, isang paa nakapatong pa rin sa upuan, may frosting sa pisngi. **Aiiieee!**

Tiningnan siya ni Mr. de Guzman, mula ulo hanggang paa, tapos ang banner. At sa gulat ng lahat... ngumisi siya.

"I see you've taken over interior design too," sabi niya nang patay-malisya.

Tumawanan ang buong kusina. Namula si Gabbi, pero hindi niya mapigilan ang sarili—ngumiti rin siya. Okay, baka... masaya pala 'to.

* * * * * * * * * * *

Habang bumababa si Gabbi, narinig niya ang isang investor na bumulong kay Mr. de Guzman:

"Your niece is quite... spirited."

Niece?! Lumaki ang mata ni Gabbi. Since when ako naging pamangkin niya?!

* * * * * * * * * * *

Gabbi is busy arranging cocktail napkins *(na may pagka-perfectionist na, thanks to her unexpected event planner side awakening)* nang biglang mag-riot ang mga staff.

"Si Vice Ganda! Nandito si Vice Ganda!"

Gabbi's head snaps up so fast, halos maipit ang dila niya. *Ha?!*

At the entrance, the one and only Vice Ganda enters in all their glittery glory, kasama ang iba pang sikat na personalidad. Gabbi's jaw drops.

"Ano'ng ginagawa nila dito?!" bulong niya sa waiter sa tabi niya.

"Madalas silang bisita ni Sir. Close sila," sagot nito.

Gabbi's mind races. *Close sila? Paano naging close ng isang... manyak ang sikat na 'to?!*

* * * * * * * * * * *

Habang nag-i-stock ng champagne flutes, Gabbi feels a presence behind her.

"Gabbi, come here."

Mr. de Guzman's voice makes her spine stiffen. She turns slowly, ready to bolt—pero nakita niya naman na may kasama siyang business tycoon.

"Mr. Lim, this is Gabbi, my pamangkin," he says smoothly.

Gabbi's eyes nearly pop out. *Pamangkin ulit?! Anong script 'to?!*

"Ah! Kamukha mo ang nanay mo," says Mr. Lim warmly. "Ang ganda-ganda mo pala in person!"

Gabbi forces a smile. "Th-thank you po." Pero sa isip niya: *Sheesh! Ano ba 'tong multiverse na 'to?!*

* * * * * * * * * * *

While serving herself hors d'oeuvres *(kasi gutom na siya at wala naman talaga siyang duty),* a woman in a tight gold dress eyes her up and down.

"Excuse me, girl, fetch me another glass of champagne."

Gabbi freezes mid-bite of her mini quiche. *Girl ulit?!*

Dahan-dahan niyang inubos ang kinakain. Then with her sweetest, deadliest smile:

"Of course po! Champagne po ba o... tubig na lang? Baka kasi ma-overdose kayo sa... *attitude.*"

Napanganga si maldita. Yung waiter na kalapit nila, halos mabilaukan sa narinig..

****

Narinig din sila ng mga nakapaligid sa kanila—kasama na si Vice Ganda, na bumirit ng malakas na tawa.

"Ay, love ko 'to! Sassy!" Vice claps. "Tito Gordy, san mo 'to nakuhang pamangkin? Sa Wit Store?"

Mr. de Guzman—*Tito Gordy pala talaga?!*—just smirks. "Natural talent."

Gabbi wants to die. Or maybe disappear. Or maybe... enjoy this unexpected spotlight?

****

Natapos din ang party, pero ang gulo sa mansion ay parang may nag-giyera. Gabbi, na ngayon ay may unexpected sense of ownership sa event, ay tumutulong mag-ayos ng mga kalat.

"Gabbi, anak, ang sipag mo," sabi ni Mommy, may halong teary-eyed na ngiti. "Akala ko ba ayaw mo dito?"

Gabbi, na may dalang pile ng used cocktail napkins, nag-aatubiling sumagot. "Ewan ko, Ma. Biglang... nakaka-enjoy pala?"

Biglang may sumingit na boses. "Kasi talented ka."

Mr. de Guzman pala, nakatayo sa may pintuan, nakasandal sa frame na parang leading man sa teleserye. Gabbi's heart does a weird flip. *Sheesh!!*

****

"Gabbi," he continues, his voice uncharacteristically soft, "thank you for tonight. Hindi ko inexpect na... magiging okay ka pala sa ganitong setup."

Gabbi frowns. *Ano'ng ibig niyang sabihin?*

Before she can ask, her mom suddenly hugs her tight. "I'm so proud of you, anak. At... thankful."

Gabbi feels something wet on her shoulder. *Umiiyak si Mom?*

****

Gabbi lies awake in bed, staring at the ceiling.

Bakit? Bakit niya tinutulungan ang pamilya namin? Ano'ng kapalit? He's going overboard sa ginagawa niya — and for what?"

Her mind flashes to:

The way he called her "pamangkin" in front of everyone

His weirdly proud smile when she clapped back at the snobby guest.

"Sheesh! What is his game, really!"

Episode 28

Ang Bagong Boypren ni Gabbi

Lunes ng umaga. Maaga pa lang ay nagmamadali nang gu-mising si Gabbi. Nakaligo na siya't nakabihis ng pang-college outfit—white blouse at simpleng denim jeans. Pero habang nagkakape sa malawak na kusina ng mansion, para siyang pinipigilan ng sariling utak na ngumiti.

"Hoy, ikaw na naman ha," bulong niya sa sarili habang sinisilip ang chat ng boyfriend niyang si Kurt.

"Miss u babe 😘," basa niya.

Napailing siya, pero hindi mapigilang kiligin kahit konti.

"Haaiisst! Gabbi, anong ginagawa mo sa buhay mo?"

Pumasok si Manang Maria, bitbit ang pandesal at itlog.

"Aba, maaga ka yata ngayon, iha. Mukhang inspired!"

"Manang naman... hindi naman po," pagdadahilan niya habang tinatago ang phone sa likod.

"Si Sir Gordon, nasa veranda. Tahimik lang. Hindi ko alam kung natulog ba 'yon."

Gabbi rolls her eyes.

"Wala akong pakialam kay Mr. de Guzman. And besides, may klase ako."

* * * * * * * * * * *

Sa university, naghihintay si Kurt sa may garden bench. Gwapo, may itsura, pero halatang mayabang.

"Ayan na ang sunshine ng buhay ko!" bungad ni Kurt sabay yakap kay Gabbi.

"Uhm, Kurt, not here, please..."

"Uy, bakit? May CCTV ba dito? Baka makita ni sugar daddy?" sabay tawa nang malakas.

"Shh! Huy, tito ko yun. Wag mo nga siyang banggitin!"

"Relax lang, babe. Joke lang 'yon."

Pero seryoso na ang mukha ni Gabbi.

"Alam mo namang delikado 'to. At isa pa, ayoko sa ganung biro."

Kurt shrugs.

"Fine, fine. Anyway, uhm... may favor sana ako."

"Here we go..."

"Naman! Babe, baka puwedeng... sleepover ka sa condo ko this weekend? Wala naman akong kasama. Movie marathon lang, promise."

"Kurt..."

"Eh bakit ba? Matagal na tayong magkarelasyon tapos hang-gang hawak-kamay lang tayo? You don't trust me ba?"

"Trust isn't the issue," sagot ni Gabbi, halatang iritable na. "May mga bagay akong kailangang ayusin sa buhay ko. Hindi lang puro kilig."

"Wow. Deep. Kung ayaw mo, just say so."

"Okay, ayoko."

Biglang tumayo si Kurt.

"Fine. Ang dami mong arte.

"Hoy!"

"Don't 'hoy' me! Alam mo, baka ikaw pa ang gumagamit lang sa'kin para makalimot sa dati mong boyfriend."

Namula si Gabbi sa galit.

"Umalis ka na lang, Kurt. Wala akong panahon sa ganyan. Ayoko ng lalaking bastos at makitid ang utak."

"Fine! Haaiisst, hindi man lang kita nahalikan kahit minsan. Waste of time!"

Gabbi walks away, namumuo ang luha sa mata, pero pinipigilan.

"Haaiisst! Ano bang pumasok sa utak ko at pinatulan ko 'yon?"

****

Pag-uwi ng gabi, tahimik sa loob ng bahay. Tila wala si Mr. de Guzman. Pero habang dumadaan siya sa hallway, nakita niya ang bukas na study room. Nandoon si Mr. Gordon de Guzman, nagbabasa ng reports habang may hawak na baso ng whiskey.

Tahimik lang si Gabbi, dadaan sana, pero—

"Maganda ang hapon mo, I suppose," sabi nito nang hindi siya tinitingnan.

Biglang napatigil si Gabbi.

"Uh... okay naman po."

"Yung boyfriend mo. Kumusta?"

Napalingon siya.

"A-anong boyfriend?"

Ngumiti si Mr. de Guzman, pero hindi natatawa.

"'Yung tinatawag kang 'babe' sa text. Yung laging naghihintay sa'yo sa may garden ng university. Yung gustong magpasleepover."

Natigilan si Gabbi. Napako ang mga paa.

****

"P-Paano n'yo nalaman ang tungkol dito? Are you spying on me?"

"Uhm, let's just say, pinoprotektahan ko lang ang aking investment."

"You're disgusting!"

"So be it! Just understand that I have eyes and ears everywhere. Yang bago mong ex-boyfriend, I knew all about him from day one."

"B-bakit hindi niyo sinabi?"

Tumayo si Mr. de Guzman, unti-unting lumapit sa kanya.

"Why should I? Hindi naman ako boyfriend mo, 'di ba?"

Tumahimik lang si Gabbi.

"Kung gusto mong masaktan, bahala ka. Pero isang beses lang kita pinayagan magkamali. Huwag mo akong subukan, Gabriella."

"Pero... bakit hindi kayo nagalit? O pinatalsik kami?"

"Because you're free to choose. Hindi kita pag-aari. Pero wag mong kakalimutang may dahilan kung bakit mo tinanggap ang kondisyon natin."

"At ano 'yon?"

"Buhay ng pamilya mo. Tuition mo at ng kapatid mo. Your fathers' medical expenses, etcetera, etcetera. Or did you forget?"

****

Tila sumabog ang dibdib ni Gabbi sa halo ng galit at guilt.

"Hindi ko po kinalimutan. Kaya nga ako lumalaban kahit papaano."

Tumahimik lang si Gordon. Tumalikod ito at muling bumalik sa desk niya.

"You can go. Malamig ang gabi, baka nilalamig ang puso mong sugatan."

Gabbi clenches her jaw, then walks away.

****

Pagpasok niya sa kwarto, pilit niyang pinipigilan ang luha.

"Ano ba 'to, Lord? Paikot-ikot. Laban ako nang laban pero bakit parang talo pa rin?"

Nag-ring ang phone niya. Si Kurt.

Decline.

Delete.

Block.

Isang malalim na buntong-hininga.

"Bahala na nga kayo sa buhay n'yo. Basta ako, pipilitin kong makakatapos ng pag-aaral at mabuhay nang marangal. Kahit gaano pa kabaliw ang mundong 'to."

Episode 29

Operation Walang Solo Moment With Mr. D!"

Hanggang ngayon ay hindi pa rin makapaniwala si Gabbi na pumayag siya sa kasunduang iyon. Kahit ilang buwan na ang lumipas mula noong araw na iyon, para pa rin siyang nangangapa sa dilim—na parang may bomba sa ilalim ng sahig at hinihintay lang sumabog.

Kaya naman simula noon, may bagong misyon si Gabbi sa buhay: **Operation Walang Solo Moment Kay Mr. de Guzman.**

Pagdating pa lang niya sa bahay, sinisigurado niyang may kasama siya. Minsan, binubuhat pa niya si Joshua mula sa pagkakakandong sa computer para lang sabihing, "Josh, samahan mo muna ako sa sala. Wala lang. Para lang masaya."

Nagtaas ng kilay si Joshua. "Weird mo ngayon ah. Na-miss mo lang ako no?"

"Oo, sobra," sabay akbay niya dito kahit amoy pawis na ang kapatid. "Mabait ka kasi."

Hindi alam ni Joshua na siya ay human shield.

* * * * * * * * * * *

Pero ang lalong nakakastress, si Mr. Gordon de Guzman mismo ay parang... walang pake. Tuwing magkakasalubong sila sa hallway, naka-smile lang ito. Parang walang alam. Parang hindi siya ang lalaking may kasunduan sa kaniya na one-day, maybe, baka, sila ang... Haaiisst! Ayaw na ni Gabbi isipin.

Minsan, habang nasa kusina siya at nagsasalin ng tubig, biglang sumulpot si Mr. de Guzman.

"Good evening, Gabbi."

"Ay! Diyos ko, kuya mo!" Napatalon siya at muntik nang mabasag ang pitsel. "I mean... good evening po."

"Napaka-jumpy mo naman. May multo ba?" tanong nito, sabay upo sa bar stool at nagbukas ng isang bag ng mani na parang wala lang.

"Ah, wala po... baka lang po may daga sa ilalim ng ref."

"Baka ako pala ang daga."

Napakunot noo si Gabbi.

"Biro lang. Don't worry, I'm on a diet. Hindi ako mahilig sa laman."

"Ha?"

"Teka, mani nga pala 'to. Protein." Tumawa lang ito nang mahina at nagpatuloy sa pagnguya.

Gustong-gusto ni Gabbi na humiyaw pero pinigilan ang sarili.

* * * * * * * * * *

Umakyat siya sa kuwarto niya na parang tinakbuhan ang halimaw sa horror film. Pagdating niya roon, diretsong lock ng pinto. Double check. Triple check. Ikaapat, just in case may multong nagiging susi.

At kapag naliligo? Aba, buong ritwal. May lock sa doorknob. May lock sa ibabaw. May chair na nakaipit sa pinto.

Minsan pa, habang nakatuwalya pa lang siya at nagmamadaling pumasok ng banyo, narinig niyang dumaan si Mr. de Guzman sa hallway.

"Shower time again, I presume?"

"OHMYGOSH!" sumigaw siya mula sa loob ng banyo. "Huwag niyo po akong kausapin habang naliligo ako!"

"Hindi kita nakikita, Gabbi. Huwag kang praning. Unless may x-ray vision ako, which sadly, wala."

"Hmph!" itinodo niya ang gripo. "Basta po, walang magsasalita sa banyo!"

"Okay... noted," sagot nito, sabay tawa.

Sa loob-loob ni Gabbi, bakit parang siya lang ang stress sa set-up na 'to? Bakit parang si Mr. de Guzman, chill na chill lang, habang siya ay laging nasa alert level midnight?

****

Minsan nga, habang kumakain sila ng sabay sa hapag *(kasi nga yun na ang ritual)*, napansin niyang hindi man lang siya tinitingnan nito. Naka-focus sa sinigang at sa tamang timpla ng patis.

"Masarap ang luto ni Maria ngayon," komento nito.

"Ah, oo nga po." Napalingon si Gabbi sa paligid. Nandun si Mama. Thank God.

"May balita ka na ba sa boyfriend mo noon?"

Nag-choke si Gabbi sa kanin. Si Mommy naman napatingin pero hindi nagsalita. Sumimangot lang.

"Ha?! W-wala po... I mean, wala na po 'yun."

"Good," sabay subo lang ng gulay. Walang halong tensyon. Parang casual lang ang usapan tungkol sa ex niya na halimaw sa kalandian.

"Bakit po 'nyo tinanong?"

"Curious lang." Ngumiti ito. "At least ngayon, you're safe."

Gabbi blinked.

Safe saan? Safe paanong safe? May double meaning ba 'to? May hidden agenda ba?

Pero habang pinagmamasdan niya si Mr. de Guzman na abalang sinisipsip ang buto ng sitaw, na-realize niyang...

Sheesh. Wala. Wala talaga siyang pake. Nang-iinis lang!

Episode 30

Lockdown Kay Sir Gordon

Sabado ng hapon. Wala si Mama—may meeting daw sa parish dahil sa fundraising. Si Joshua naman, biglang may lakad. Akala ni Gabbi may sakit siya nang tumanggi si bunso sa paborito niyang merienda.

"Joshua, may spaghetti si Ate Maria. Hindi ka ba gutom?"

"Ate, may lakad kami nina Kyle. Mobile Legends tournament 'to. Byeee!"

"Bakit ngayon pa?! Akala ko bonding tayo today?"

"Next week na lang. Promise. Naandyan naman si Tito Gordon diba?"

Gabbi froze. Wala si Mama. Wala si Joshua. At nandun si... Mr. de Guzman.

* * * * * * * * * * *

Nagtago siya sa kwarto niya parang may zombie apocalypse. As in literal, pinatay ang ilaw, binaba ang cellphone, at nakiramdam kung may ingay sa labas ng pinto. Parang may ninja sa hallway. Baka dumaan. Baka mag-'Hi, Gabbi.'

Ilang minuto lang, may kumatok.

Katok. Katok.

Nag-freeze ang kaluluwa ni Gabbi. Hindi siya gumalaw. Deadma. Nagkunwaring multo.

"Gabbi? Hindi kita guguluhin. Gusto mo ng ice cream?" tanong ni Mr. de Guzman mula sa labas.

ICE CREAM? Napakagat siya sa labi. Haaiisst, ang sarap ng rocky road! Pero hindi. Hindi siya bibigay. Laban, Gabbi. Laban.

"Hindi po ako gutom!"

"Okay, ako na lang ang kakain. Sayang, may extra pa naman na Belgian chocolate. Favorite mo 'yun, diba?"

Sheesh. Sinusubukan siya ng sistema.

Kaya para masiguro ang kaligtasan, nag-message siya agad kay Joshua.

Gabbi: UMUWI KA NGAYON! EMERGENCY!

Joshua: Ate, grand finals na 'to!

Gabbi: Emergency = ayokong kalapit si Tito Gordon habang nanonood ako ng TV. Ayoko ng amoy lupa!

Joshua: Ate... weird ka! Hindi naman mabantot si Tito Gordon."

Gabbi: BASTA! Sensitive lang talaga ang ilong ko!

* * * * * * * * * * *

Pero hindi umuwi si Joshua. Kaya napilitan si Gabbi, sa sobrang paranoid, dalhin ang electric fan, ang popcorn, at ang sarili sa maid's quarters kung saan naroon si Maria at Gina.

Pagpasok niya, nagulat ang dalawang kasambahay.

"Gabbiiii! Ba't ka andito?" tanong ni Gina habang nagpi-Facebook sa luma nilang tablet.

"Gusto ko lang po dito manood. Cozy vibes ba."

"Sa kwarto mo mas malamig," dagdag ni Maria.

"Eh... mas masaya dito. Parang camp out!"

"Camp out? Ano yun?"

"Uhm, kwan, ano...yung holding off the enemy — este, I mean...bonding with friends."

"Bonding? Yun ba yung paste o pandikit?"

"(Aaarrgghh!) Hihihi, parang ganoon na nga! Basta, yun na yun!"

Tumango ang dalawa. Medyo nagtataka, pero deadma na lang. Maya-maya, dumating si Mr. de Guzman, may dalang tray ng ice cream.

"Oh, dito ka pala, Gabbi."

"Uh, oo po. Chill lang po dito. Group study."

"Sa maid's quarters?"

"Multidisciplinary learning, Tito. Social sciences, life skills, time management—lahat nandito!"

Tumawa lang si Gordon at iniwan ang ice cream sa lamesita.

"Sige. Enjoy kayo diyan. Baka mainitan kayo, Maria. Ayusin mo aircon."

"Wala po kaming aircon dito, Sir."

"Ha? Wala ba? Okay, bibili tayo next week."

"Talaga po?!" sabay tanong nina Maria at Gina, sabay biglang naggroup hug kay Gabbi.

Gabbi, sa isip: Well, at least hindi ako nag-iisa.

Episode 31

Banyo Wars at Si Tito Smiley"

Linggo. Rest day. Chill day. Kung kailan ang buong mundo ay natutulog, si Gabbi, gising na gising at naka-helmet habang naglilinis ng bathroom.

Yes, helmet.

"Gabbi, ano 'yang suot mo?" tanong ni Maria, hawak ang mop.

"Safety first, Ate Maria. Baka may sumilip. Baka may sumunod. Baka may—"

Biglang bumukas ang pinto ng kwarto ni Mr. de Guzman.

"Good morning, ladies!" bati ni Gordon, suot ang robe at may hawak na gardening gloves.

Gabbi turned around slowly, parang nasa horror movie. Please, Lord. Wag siyang pumasok. Wag siyang lumapit. Wag siyang...

"Gabbi, hindi mo kailangan mag-helmet pag naglilinis ng banyo," sabi ni Mr. de Guzman na parang nakakita ng batang naka-costume ng astronaut.

"Uhm, precautionary measure lang po. Para sa—uhh—tiles."

"Yung helmet, diba pang-soccer..."

"Aesthetic lang po 'yan. Pa-cute."

Nagkatinginan sila ni Maria, sabay iwas ng tingin si Gabbi. Maya-maya, si Mr. de Guzman ay nagtungo sa garden. Whew. Kaligtasan.

* * * * * * * * * * *

Pero hindi doon nagtatapos ang tensyon. Kinagabihan, habang malakas ang ulan, bumagsak ang power.

Brownout, beshie.

Gabbi ran straight to the sala, kung nasaan sina Maria at Gina. Pero wala sila doon at sa halip ay nakita niya si Mr. de Guzman na nasa kabilang dulo, may hawak na flashlight at isang kandila.

"Gabbi, dito ka na. Baka madulas ka."

"No po, okay lang ako dito. Comfortable po sa tabi ng cabinet."

"Katabi mo fire extinguisher."

"Yes po. Safe. Anti-ligaw na tingin."

Tumawa si Gordon. "Ano ka ba, Gabbi. Hindi kita kakainin. Promise ko 'yun diba?"

Sheesh! Hindi nga niya sinasaktan si Gabbi, pero bakit parang mas nakakakaba pag kalmado siya?

"Baka gusto mong hot chocolate?" alok niya.

"May takip po ba ang mug?"

"Oo naman."

"Okay, sige po... kung may lock ang mug."

Natawa na lang si Gordon. "Seryoso ka ba? Wala akong balak sayo, bata ka. Parang anak na kita."

Anak daw o! Gabbi almost choked on air.

"Uh-huh. So 'yung tuition, bahay, allowance, groceries, pati si Joshua—lahat ng 'yan—puro 'anak' package lang?"

Ngumiti lang si Gordon, yung ngiting parang alam niya ang lahat. Nakakainis!

"Exactly. Gusto ko lang naman makatulong. Huwag kang laging defensive. Chill ka lang."

CHILL daw oh. Chill. Sa gitna ng dilim at ulan at mug na may takip.

****

Later that night, habang naliligo si Gabbi, sobrang kaba pa rin siya. Kaya't hindi lang ni-lock ang pinto, nilagyan pa ng upuan sa likod. For extra security.

Maya-maya, may narinig siyang boses sa labas.

"Gabbi, may towel ka bang extra? Naiwan ko yung akin sa labas."

She panicked, sabay sigaw ng—

"AKO LANG PO TAO DITO! WAG NINYONG PILITING BUBUKSAN! MAY HANTIK! MAY MULTO! MAY—"

"Gabbi, ako 'to. Hindi ako papasok. Nagtatanong lang ako."

"Wala pong towel! Wala pong towel! Wala pong towel!"

"Okay, okay. Chill. I'm going. Goodnight!"

****

Nang makalabas siya, nakita niya si Gordon na nakaupo sa sala, may hawak na libro.

Nakataas ang kilay ni Gabbi.

"Binabantayan mo po ba ako?"

"Hindi. Nagbabasa lang ako ng Fifty Shades of... wait, joke lang. Gardening book 'to."

At sa hindi maipaliwanag na dahilan... natawa si Gabbi.

Oo, kabado pa rin siya. Pero lately, parang mas napapansin niyang... napakakulit ng matandang 'to. Laging may pa-joke. Laging may pa-patulpo moment, pero hindi naman siya sinasaktan. Wala talagang ginagawang masama. Parang... napagtritripan lang talaga siya.

At ngayon, habang umuulan pa rin at wala pa ring kuryente, nakatulog siyang nakangiti.

Sa maid's quarters.

Sa tabi ng walis.

Para safe. At medyo... mas kampante.

Episode 32

WiFi, Wardrobe at Wild Theories

"Gabbi, you can use my computer anytime," sabi ni Mr. de Guzman habang chill lang na nagkakape sa veranda.

Napatingin si Gabbi mula sa kinakaing Lucky Me Pancit Canton. Parang may slow motion effect pa sa pagkagat niya sa noodles, then freeze frame, then replay.

"Wait... huh?" Bulong niya, sabay lunok ng noodles.

"I said, you can use the desktop in the study room. May fast WiFi na 'yan. Fiber. Baka kasi hirap ka mag-research," ulit ni Gordon, parang nagbabasa ng grocery list. Ang casual. Ang normal.

Napakunot ang noo niya. Parang hindi nag-sink in.

"Uh, okay po. Pero, sure po kayo?"

Hindi niya alam kung saan ilalagay ang reaksyon niya. Sa kaba? Sa gulat? Sa pagdududa?

"Sure. Just don't look at my tax files. Baka mawalan ka ng tiwala sa sistema ng gobyerno," pahabol ni Gordon, sumipsip ulit sa kape niya.

"H-ha?" Napanganga si Gabbi. Taxes? Wait, what?

Ngiting-ngiti si Mr. de Guzman, parang may sariling sitcom sa utak. Habang si Gabbi, internally nagpa-panic na. This is it. This is the beginning. Bakit siya biglang generous? Bakit ako pinapa-computer? Ano 'to, bait-bait before gulpi moves? Ang utak niya, nag-overdrive na sa paggawa ng theories. Parang horror movie 'to na slowly, unti-unti kang pinapamukhang tanga bago ka saksakin.

* * * * * * * * * * *

Kinabukasan, may dumating na apat na paper bags galing sa isang sikat na clothing store. Brand new. May tag pa. Nagulat si Ate Maria, napasigaw sa kusina.

"Kay Gabbi po raw galing kay Sir," ani Ate Maria habang pinapatong ang mga bags sa mesa sa sala. Parang nag-abot lang ng gulay.

"Haaiisst! Ano 'to, papunta na sa final round ng pa-fall?!" singhal ni Gabbi. *"Napahawak siya sa dibdib. May lagnat ba ako? May anniversary ba ako na nakalimutan?"*

May bagong jacket si Joshua. Puma. With matching high-cut sneakers. Kitang-kita ang kilig niya. Naka-pose na agad sa salamin.

"Ang ganda, Ate! Pang-Mobile Legends tournament ko 'to!"

Si Mommy naman, may bagong heels. Leather. Italian brand.

"Ang bait talaga ni Mr. Gordon. May anak ba siyang single?" Nakangiting tanong ni Mommy, parang nagpaplano na ng kasal.

"Wag niyo akong idamay, please!" bwelta ni Gabbi. "Ma, iba ang usapan dito!" Lumayo siya sa mga bag na parang may nakakahawang sakit. Is this a test? Is this a trap? Baka may hidden camera sa loob ng blazer.

Si Gabbi... may apat na bagong blusa, dalawang palda, at isang branded na hoodie na never niya kayang bilhin kahit magsanla siya ng atay, ng bato, o ng buong lahi nila. Balenciaga. Louis Vuitton. Parang fashion show. Ano 'to, makeover montage bago maging hostage?

* * * * * * * * * * * *

"Gabbi, gusto niyo ba mag-dinner sa labas?" alok ni Gordon isang gabi, habang naglalakad sila sa hallway. Ang relaxed ng boses niya, parang nagtatanong lang kung anong ulam.

"May bagong restaurant sa BGC. Authentic Thai. Masarap ang pad thai nila, promise."

"Ahh... ehhh... may sabaw po ba sila?" Tanong ni Gabbi, hoping na may lusot. Sana walang sabaw para may excuse.

"Meron. Tom Yum. Pero hindi ako masyadong mahilig. Medyo maanghang."

“Okay po. May rice?” Desperado na siya sa excuses. Sana walang rice. Please, Lord.

“Of course. Jasmine rice. Brown rice. Kahit anong gusto mo. Unlimited pa.”

“Sige po... may kasama po bang bodyguard?” Napa-salita siya nang hindi oras. Napa-hold breath.

“Ha?” Napalingon si Gordon, medyo nagtataka. Kumunot ang noo niya, then ngumiti ng kaunti.

“Bakit? May kaaway ka ba?”

Gabbi blinked. Shet, nadulas ako.

“Ay— I mean, okay po. Sasama ako.” Napailing siya sa sarili. Ang tanga mo, Gabbi!

Buti nalang may CCTV sa place. So sumama silang lahat. With Mommy, Joshua, Ate Maria, at si Gabbi na may dalang pepper spray sa loob ng bag, at nakatago sa loob ng wallet. Just in case. You can never be too careful. Baka after dinner, biglang mag-horror chase.

Pero guess what? Walang nangyaring weird.

****

Nag-dinner lang sila. Tahimik na kumakain, nagkwe-kwentuhan. Ang awkward lang ni Gabbi. Ang pinaka-weird lang siguro ay si Gordon na nag-order ng dessert na mango sticky rice, dalawang serving.

Tawa lang si Gordon, kwento lang ng college days niya noong panahong ang Walkman ay high-tech pa, at ang ringtone ay puro beep-beep lang. Si Joshua, todo tanong kung may crush ba si Mr. Gordon noon. Sobrang interested siya.

“Ay, meron,” sagot ni Gordon, ngumiti pa. “Pero hindi niya ako type. Mayaman daw ako.”

“Ha? Bakit naman?” Nagulat si Joshua. Pati si Mommy, napatingin.

"Wala raw thrill. Gusto niya, struggle is real. Ayaw niya ng mahirap na buhay." Tumawa si Gordon, parang naaalala ang isang comedy film.

Tumawa silang lahat. Pati si Ate Maria, napangiti. Si Gabbi lang ang awkward na tumatawa na parang may stiff neck. Seryoso? Bakit parang normal lang lahat? This is NOT part of the expected horror story! Ito ba ang new tactic? Gaslighting?

* * * * * * * * * * * *

Hindi pa doon natapos. The next week, may new offer na naman si Gordon.

"Gabbi, may extra tickets ako for a concert sa Araneta. Gusto n'yo bang manood?" tanong ni Gordon habang nagbabasa ng diyaryo na parang editorial writer. Ang composed niya. Parang wala siyang ginagawang anything.

"Ahh... sinong banda po?" Gabbi tried to sound casual. Please, Lord, sana hindi boy band na patok sa Titas. Sana hindi ko type.

"Ben&Ben."

"Ben&Ben??? AIIIEEEEEE!" Napasigaw si Gabbi sa gulat at kilig, parang naka-encounter ng celebrity. Shet, my weakness!

Napatingin si Gabbi sa sarili. Oops. Calm. Kalma lang. Napatingin si Gordon sa kanya, ngumingiti. Ang lakas mo talaga, Ben&Ben.

Sumama siya ulit—with Joshua as the official alalay. Ang protective mode ni Gabbi, naka-on. Pero habang nagko-concert, napansin niya si Gordon, todo enjoy. Kumakanta. Nagwa-wave ng phone flashlight. Parang Gen Z na may pusong Millennial.

"Sir... kilala n'yo 'tong banda?" tanong niya, medyo gulat. Ito ba 'yung mga kanta na pinapakinggan niya habang nagpaplano ng evil deeds?

"Of course. Ganda ng lyrics, 'no?" sagot ni Gordon, kumindat pa. Parang kabanda niya ang Ben&Ben.

"Uh... oo nga po..." Napa-iling na lang si Gabbi. He's human? He has feelings? Bakit siya parang wholesome? Ang dami niyang tanong. Ang dami niyang theories na unti-unting nadudurog.

****

Lumipas ang linggo. Walang haplos sa balikat. Walang creepy smile. Walang, "Stay here, let's talk about life," moment.

Ni hindi siya tinanong kung may boyfriend siya. Ni hindi siya kinamusta kung may lovelife siya. Ni hindi siya binigyan ng "look" na may "something" sa likod.

Napaisip si Gabbi, *"WHAT. IS. HAPPENING. Where's the catch? Where's the evil plan? Am I missing something?"*

One time, nasira ang zipper ng dress niya sa school. Uwi siyang naka-jacket, pinipilit itago ang kahihiyan. Ang pawis-pawis pa niya.

"Naku Gabbi, bakit parang pawis na pawis ka?" tanong ni Gordon habang palabas siya ng pinto para mag-jogging. Nakasuot pa ng running shorts.

"W-wala po. *Nakipaglaban po ako sa zipper. Pero panalo naman ako. I mean, natalo. Ang zipper po ang nanalo,"* pabulong niyang sabi, medyo awkward.

"Oh. Gusto mo ba ipaayos natin 'yan sa mananahi?" Tanong ni Gordon, parang concerned na tatay.

"Sure po. Pero... may CCTV po ba doon?" Tanong ni Gabbi, automatically. Syempre, safety first.

"Wala. Pero may chismosa. Gusto mo doon?" Natatawang sabi ni Gordon.

Tumawa si Gordon. Ang tawa niya, hindi creepy. Hindi masama. Medyo nakakatawa pa nga.

At doon na-realize ni Gabbi: This man is not a predator. He's just... a weirdo.

A weird, overly generous, mildly sarcastic old man who, despite everything, never crossed a single line.

He was just... Gordon.

Hindi pa rin siya kampante, syempre.

Still on edge.

Hindi mawawala ang trauma ng mga nauna niyang experiences. Ang utak niya, naka-set pa rin sa "danger" mode.

Pero habang tumatagal...

Parang mas takot pa siya sa sariling imagination kaysa sa tunay na si Gordon.

Episode 33

Ang Planong Nagkawindang-windang

Sanay mag-plano si Gabbi. Metikolosa. Spreadsheet-loving, highlighter-wielding, post-it warrior siya. Ang buhay niya, puro systems. Pero lately, nahuhuli niya ang sarili niyang nakatitig nang blangko kay Mr. Gordon de Guzman habang nasa dinner table sila. Chewing slowly. Analyzing him like a human-shaped Rubik's cube. Ano kayang kulay 'tong side na 'to?

"Joshua, don't cram for your exams," sabi ni Mr. de Guzman isang gabi, dini-swirl ang sabaw niya na parang sage philosopher. Ang sophisticated.

"Cramming is like putting all your clothes in the washer, adding too much soap, and then expecting them to dry faster. You'll just end up with bubbles and wrinkles. Hindi matutuyo. Madaling masira."

Joshua nods, fascinated. Naka-focus siya kay Mr. D, parang nasa isang high-level seminar.

"Wow, Sir. Parang hugot po sa buhay 'yan ah."

Gabbi squints. Since when did this guy become a TED Talk uncle? Naku, ang dami na niyang wisdom. Hindi na siya makahabol.

He smiles at Gabbi too. Ang ngiti niya, hindi nakakatakot. Hindi nakakaduda. Parang genuine.

"And you, Ms. Overthinker, remember, grades matter, but so does sleep. Don't sacrifice one for the other. Hindi mo 'yan pwedeng i-reprint like a lost module."

She offers a stiff smile. Nagpaparinig ka ba, Tito Gordon? Sino ba sa atin ang nag-overthink dito?

"Minsan, ang sobrang pagpaplano, nakaka-stress. Just trust the process," dagdag pa niya, kumindat pa. Parang alam niya lahat ng tumatakbo sa utak niya.

What is your game, Mr. de Guzman? She wonders. Why are you nice? What do you gain from being this annoyingly... decent? It doesn't make sense. Parang mali ang formula. Hindi tugma ang variables.

He practically owns her. With one snap of his fingers, she could lose the tuition, the roof over their heads, even the support for Daddy's dialysis. Ang bigat ng obligation niya. Pero no snaps, no threats, not even a creepy wink. Ni hindi nga siya nagtataas ng boses.

And oh, he checks in on her dad's treatment regularly. Sometimes personally calls the doctor to make sure the meds are on schedule. Other times, he even reminds Gabbi's mom, gently.

"Adela, don't forget, blood test ni Lorenzo bukas. I'll have the driver pick up the meds. Para hindi na kayo mahirapan," sabi niya sa Mama niya isang umaga. Ang casual. Ang accommodating.

Sinong kontrabida ang ganito ka-organized?! Ang dami niyang red flags na hinahanap, pero puro green light. Ang frustating!

* * * * * * * * * * *

One afternoon, Gabbi bumps into her ex-boyfriend at the university gate. Literal na banggaan. Ang puso niya, huminto. Hindi dahil na-miss niya. Hindi. Dahil tumakbo pa-ibang direksyon ang ex niya. Ang bilis. Parang na-engkanto at nakoryente nang makita siya.

"Hoy! Gabbi! Ayoko ng gulo, ha! Sorry na! Tama na, please!" sigaw pa ng ex niya habang papalayo, parang nakakita ng multo.

Gabbi stands frozen. Wait, what just happened? Nakakapagtaka. Ang feelingero ng lalaking 'yun, biglang naging duwag.

* * * * * * * * * * *

Later, nasabi niya ito kay Belinda. Belinda very giddy nang sumagot. Ang boses niya, excited na excited, parang nag-scoop ng exclusive.

“Girl, hindi mo ba alam? Si Ex mo, nilapitan daw ng isang matandang naka-suit. Tapos may dalang abogado! Hindi raw siya pinansin nung matanda, pero yung abogado, may pinakita daw na folder. Tapos biglang nabahag ang buntot! Ang putla raw niya after! Nag-disappear parang bula!”

Her jaw drops. Wait. No way... Mr. de Guzman?! What in the silent superhero is happening?! Ang utak niya, nag-compile ng new theories. Siya ba ‘yung anonymous benefactor slash vigilante?

* * * * * * * * * * *

Then came the sprained foot incident.

She’s walking in heels on the slippery walkway near the koi pond — her own mistake, she admits — when she twists her ankle and lets out a loud, dramatic “AIIIEEE!” Parang may napanood siyang Koreanovela.

Mr. de Guzman appears out of nowhere like a cartoon butler. Ang bilis niya. Parang may teleportation powers.

“What happened?” Ang boses niya, concerned.

“Nothing! I’m fine! It’s just... Ow! I’m... totally fine!” Ang galing niya mag-deny. Ang sakit na, pero ayaw pa rin magpatulong.

“Gabbi, you’re limping like a soap opera side character. Sit.” Ang tonong niya, firm pero hindi nakakatakot. Parang nag-utos lang.

She resists. She refuses. No way. Hindi ako uupo. Hindi ako magpapatalo. He insists. Tumayo siya sa tabi niya, parang may invisible force field. Eventually, she sits on a bench, stiff as a log. Parang rebulto.

He kneels down. Napa-tense si Gabbi. Ang dibdib niya, bumibilis ang tibok. He rolls up her jeans slightly, checks the ankle. She tenses.

This is it. This is when the villain shows his true colors. This is the moment of truth. May hidden camera ba siya sa mata? May secret agenda ba 'tong paglapit niya?

Pero HINDI!.

He pulls out a first-aid kit from somewhere — why does this man have a first-aid kit?! — and carefully wraps her ankle. Ang gentle ng kamay niya. Parang nurse. Ang linis ng pagkakabalot.

"Don't walk on that tonight. I'll send Maria with an ice pack. And stay off the stairs. Mas madali ang flat shoes," payo niya, parang doktor.

That's it. Nothing weird. No lingering hand. No weird comments. No cheesy lines. Walang "Oh, you fell for me, literally." Walang ganun.

She watches him walk away. What. Is. Going. On. Ang dami na niyang tanong. Ang dami niyang theories na unti-unting nagiging marshmallow.

* * * * * * * * * * * *

Another night, Gabbi gets caught in a downpour after studying late with Belinda at the campus library. She forgot her notes, ran back in, and missed the last jeep home. Lightning flashes. Thunder roars. Ang lakas ng ulan. The streetlights flicker like a horror film. Ang dilim ng paligid. Ang lamig ng hangin. Bakit ngayon pa?

Then a black SUV rolls by and the window rolls down. Bumaba ang bintana, dahan-dahan.

"Gabbi?"

Oh no. It's him. Ang swerte nga naman. O malas. Depende sa perspective.

"Get in. You're soaked." Ang boses niya, kalmado. Hindi nagulat. Parang normal lang na may nakita siyang estudyante sa gitna ng ulan.

She hesitates. Safe ba? Hindi ba 'to isang trap? Ang utak niya, nag-overthink ulit.

"You want to walk home in a thunderstorm in white pants? Your call. Kasi magiging transparent 'yan, trust me," sabi niya, may slight smirk.

She hops in. Okay, Gabbi, survival mode. Bahala na si Batman.

****

They drive in silence. Rain tapping on the windshield like it's typing suspenseful dialogue. Ang awkward ng silence. Ang tahimik sa loob ng sasakyan. Ni hindi siya nagtanong ng "Kumusta ang pag-aaral?" or "Bakit late ka na?"

Finally, they reach home. Ang ilaw sa labas, patay sindi pa rin.

"Thanks," she mutters, still confused. Ang boses niya, medyo mahina.

Then she realizes something. Napalingon siya sa driver's seat.

"Wait... your office is in the opposite direction. Why were you driving here?" Ang utak niya, nag-compute. Ang ruta niya, hindi dapat dito.

He shrugs. "Lucky timing. Or maybe I'm psychic. Or baka may inasikaso lang ako sa malapit. Hindi ka ba excited na nakauwi ka na?" Ang ngiti niya, may bahid ng teasing.

He walks off like it's just another Tuesday. Parang wala lang. Ang cool niya.

Gabbi stands at the door, dripping wet, holding her bag, and gripping her heart. Her mind is reeling.

WHO ARE YOU REALLY, MR. DE GUZMAN?! Ang dami niyang questions. Ang dami niyang puzzles na hindi niya masolve. Parang may secret identity siya na kailangan niyang i-decode. And somehow, she had a feeling, the answer wasn't going to be anything sinister, just... confusingly good.

Episode 34

Ang Classic Na Labanan sa CR

Flashback. Ang hangin sa CR ng university ay siksik sa tensiyon, parang bago sumabog ang isang bulkan. Nakatayo si Hilda, ang reyna ng kadiliman sa campus, at ang kanyang mga alipores—mga babaeng mukhang handang sumabak sa wrestling match anytime. Sa kabilang banda, nakatayo si Gabbi at ang kanyang ride-or-die bestie na si Belinda. Ang dating Gabbi na lumulusot sa gulo ay naglaho na, pinalitan ng isang bersyon na handang lumaban.

"Hoy, Gabbi! Akala mo ba matatakasan mo kami?!" sigaw ni Hilda, ang boses parang sirang plaka. "Hindi ka pa nakakabayad sa pagpapahiya mo sa akin!"

Ngumiti lang si Gabbi, ang mga mata ay may kislap ng hamon. "At ano naman ang gusto mong gawin ko, Hilda? Mag-sorry? Nah. Hindi ako nagso-sorry sa pagtatanggol sa kaibigan ko."

Nagsimula ang pag-atake. Sumugod si Hilda at ang kanyang minions, nagpapalabas ng mga akusasyon at pagbabanta. Ngunit sa pagkakataong ito, hindi nagpadaig si Gabbi. Para silang instant tandem ni Belinda—ang Ang Probinsyana at Ang Lakwatserang Kumare. Si Gabbi, na may matulis na dila at mabilis na reflexes, ay umiiwas sa bawat sabunot. Si Belinda naman, na may hawak na payong, ay ginawa itong panangga at pamalo. Whoosh! Pak! Ang tunog ng lumalapat na payong ay parang soundtrack ng isang action movie.

"Aray! Ang sakit nun, bruha ka!" sigaw ng isang alipores ni Hilda nang tamaan siya ng payong ni Belinda.

"Yan ang ganti sa pang-aapi n'yo sa bes ko!" ganti ni Belinda, nakangiti.

Nagtuloy ang kaguluhan, ang mga sigawan at sabunutan ay umalingawngaw sa buong CR. Mabuti na lang at mabilis na dumating ang school security, bago pa maging viral sa social media ang epic showdown na ito. Sa huli, nauwi ang lahat sa pag-expel kay Hilda at sa kanyang mga hoodlums. Ang campus ay nakahinga ng maluwag. At si Gabbi? Naging clear path na ang kanyang redemption.

* * * * * * * * * * *

The New Gabbi 2.0

Hindi tulad ng dati, ibang Gabbi na ang nasasaksihan ng lahat. Ang dating stress-induced, pabaya, at laging late sa klase na si Gabbi ay isa nang walking dean's lister. Parang may sariling spotlight si girl tuwing pumapasok sa classroom. Ang dating gulo sa buhok at makeup na parang inatake ng glitter bomb ay pinalitan ng sleek na ponytail at subtle na eyeliner.

"Bes, 98 ka na naman sa exam?! Ano ka, may sariling reviewer ng universe?!" bulalas ni Belinda habang nagsusulat ng reviewer para sa susunod nilang quiz. Ang mga mata nito ay nanlalaki sa pagkamangha.

"Hindi bes, ikaw lang ang may magical influence," sagot ni Gabbi sabay tawa, ang tunog ng halakhak niya ay mas malaya at mas masaya. "Kung hindi dahil sa'yo, baka nasa loob pa rin ako ng club ngayon, sumasayaw sa beat ng 'Boom Boom Pow'."

"Sheesh! Remember nung pumasok ka sa school na nakaplatform heels at tapos may glitter sa buhok?" tumatawa si Belinda, parang sariwang-sariwa pa sa alaala ang eksena.

"OMG huwag mo na i-remind! Shame bells!" Ang mukha ni Gabbi ay namula sa pagkapahiya, pero may ngiti sa labi.

Simula nang mawala sa eksena si Hilda, naging masaya at payapa ang araw-araw ni Gabbi sa campus. Every break time, laging may milk tea run sila ni Belinda, ang kanilang paboritong pamparelax. Every hapon, tambay sila sa library, pretending na nagre-review, pero 50% chika, 50% notes. Madalas, ang chika ay nauuwi sa crushes.

"Gab, crush mo ba si Nathan? Nakita ko 'yung notes mo may drawing ng heart sa gilid!" Tukso ni Belinda, nakangisi.

"Ay grabe ka, that was a doodle ng bio diagram ko! Ang sama mo!" depensa ni Gabbi, sabay pingot sa tenga ni Belinda.

"Char lang, bes! Pero seryoso, proud ako sa'yo. 'Yung Gabbi before, laging lutang. Pero now? You're like... Gabbi 2.0. Mas strong, mas smart, at mas may eyeliner," sabi ni Belinda, ang boses ay puno ng sinseridad.

Ngumiti si Gabbi. Totoo nga. Noong una, nalugmok siya. Hindi niya matanggap na ang dati nilang maginhawang buhay ay biglang gumuho dahil sa sakit ng kanilang Daddy. Nasanay siya sa good life, na may kotse, allowance at lahat ng luho. Pero nang mawala ang lahat, feeling niya, nawala rin ang identity niya. Kaya noon, nagrebelde siya. Tumikim ng gulo, sugal, at luha.

Pero ngayon?

Honor student na siya ulit. Na-recognize pa siya sa bulletin board bilang "Top Performer of the Month." Isang patunay ng kanyang pagbabago.

"Miss Navarro, I appreciate your consistency," sabi ng Math prof nila, na may paghanga sa boses. "And I hope your peers follow your example."

Naging inspirasyon na siya.

Si Belinda, hindi niya pinalampas ang pagkakataong mangulit. Nudges her sa gilid. "Miss Navarro, pashare naman ng brain cells. Kahit 1GB lang."

"Sira," sabay nilang tawa. "Ikaw nga yung tunay na brainy sa ating dalawa!"

Pati guidance counselor nila, napansin ang pagbabago. Ang mukha nito ay puno ng pag-asa tuwing nakikita si Gabbi.

"Gabrielle, it's good to see you back on track."

"Thank you po, Ma'am. Promise, wala na po akong plans na mag-cutting para lang makipag-breakfast date sa maling tao," sagot ni Gabbi, may bahid ng humor sa boses.

At sa gabi, habang nagdi-dinner kasama ang pamilya, may mga moments na napapatingin si Gabbi kay Mr. Gordon de Guzman. Tahimik lang ito, nakikinig sa kwentuhan ng Mommy niya at ni Joshua tungkol sa bagong PE teacher na mukhang action star.

"Parang kamukha ni Channing Tatum noong '90s," natatawang sabi ng Mommy niya.

Ngumiti lang si Mr. de Guzman, sabay kuha ng kanin. Walang kakaibang kilos. Walang tingin na nakakatakot. Walang pasaring. Tahimik lang siyang nandiyan. At sa loob-loob ni Gabbi, habang ngumunguya ng adobo, biglang napaisip siya.

Weird. Bakit parang siya pa 'yung pinaka-normal sa lahat?

****

Matapos ang lahat ng kaguluhan sa nakaraan, ngayon ay ibang Gabbi Navarro na ang nasa eksena. Hindi lang siya basta-basta honor student—masaya siya, inspired, at proud sa sarili niyang transformation. Totoo, bahagi ng kasunduan nila ni Mr. Gordon de Guzman ang pagbutihin niya ang pag-aaral, pero kahit kailan, hindi niya inisip na iyon lang ang dahilan kung bakit siya nagbago.

In fact, she hates it—like, full-on naiirita-sa-core—tuwing may magbabanggit na kaya siya nagbago ay dahil kay Mr. de Guzman. Ang pakiramdam na parang may utang na loob siya, o kaya'y sunud-sunuran lang.

"Anak, alam mo, kahit na mahigpit at strikto si Mr. de Guzman, mabuti siyang tao. Hindi ko akalaing may malasakit siya sa ating pamilya. Kita mo? Simula nung tumulong siya, parang bigla kang nagbago," sabi ng Mommy niya minsang sabay silang naghuhugas ng pinggan.

Halos mabitawan ni Gabbi ang sponge. Ang mainit na tubig ay parang lalong nagpaapoy sa inis niya.

"Ma, excuse me po, pero hindi po dahil sa kanya kaya ako nagbago. Nagbago ako dahil gusto ko. Kasi ayokong sayangin ang sarili ko. Kasi ayokong... ayokong maging kawawa forever." Ang boses niya ay may bahid ng pagkadismaya.

Medyo natahimik si Mommy niya, napatingin kay Gabbi, ang mga mata ay may pagtataka.

"Aba, eh sorry naman. Wala lang, napansin ko lang talaga. Pero okay, sige. Ikaw naman ang nakakakilala sa sarili mo."

Gabbi lets out a deep sigh. "Sorry din, Ma. Hindi lang kasi... hindi lang kasi ganon kasimple lahat."

Sa totoo lang, may part pa rin kay Gabbi na nag-struggle tanggapin ang sitwasyon niya. Oo, pinapaaral siya. Oo, may roof sila over their heads. Pero ang kapalit? Parang invisible na tanikala. A deal na kahit walang pumipilit, nararamdaman pa rin niyang nakakulong siya.

Pero habang lumilipas ang mga araw, habang pinupuno niya ang planner niya ng check marks sa mga accomplished tasks, habang inaabot niya ang bagong goals na dati'y imposible, unti-unti niyang nare-realize: She actually likes this version of herself. Ang bersyon na ito ay hindi bunga ng kasunduan, kundi ng sarili niyang pagpupursige.

"Gab, sinubmit mo na 'yung thesis outline mo?" tanong ni Belinda habang sabay silang naglalakad pa-library.

"Oo, kagabi pa. Nakakatawa nga eh, sobrang organized ko na ngayon. Dati, last minute kung gumawa ng kahit ano."

"Sabi ko na eh! I told you, Gabbi 2.0!" Belinda grins, proud na proud.

Gabbi laughs. Pero sa likod ng tawa niya, may bulong siya sa sarili:

"At walang kinalaman si Mr. de Guzman dito. Ako 'to. Ako 'tong nagpursige. Ako ang dahilan kung bakit ako ganito ngayon."

Episode 35

Malayo Man, Malapit Pa Rin

Kahit umalis si Belinda papuntang United States para tapusin ang kanyang pag-aaral doon, hindi natigil ang good vibes sa buhay ni Gabbi. Hindi na siya 'yung dating wild child na laging late, laging absent, at laging may dala-dalang milk tea kahit bawal sa klase. Ngayon, she's on track to graduate with Latin honors—hello Magna cum Laude, here we come! Ang dating rebelde, ngayon ay role model na, may sariling study corner sa library at koleksyon ng iba't ibang kulay ng highlighter.

"Bes, sobrang proud ako sa'yo! Parang kelan lang, pinag-uusapan lang natin ang algebra sa tabi ng fishball stand!" ani Belinda sa tawag habang nasa video call sila. Si Belinda, naka-bonnet at may mug ng hot cocoa, habang si Gabbi naman ay nasa kwarto at naka-face mask na parang mamumugot ng stress. Ang ilaw ng laptop ay nagbibigay ng eerie glow sa kanyang mukha.

"OMG bes, hindi ako makapaniwala na ikaw na 'to ngayon! Pang yearbook cover girl na! Gabbi Navarro: From Rebelde to Rolc Modcl!" tili ni Bclinda.

"Tumigil ka nga, Bes. Baka maniwala si Joshua sa likod ko. Nakikinig ako ng lectures habang nagsa-sampay, multitasking queen!" sagot ni Gabbi, may kasamang tawa. Ang tela ng sampay ay nagpapalabas ng fragrant na amoy ng fabric conditioner, contrasting sa tension ng pag-aaral.

Tumawa si Belinda. "I swear, kung may awards night ang pagiging super ate, model student, at certified chika queen, ikaw lahat 'yon."

Napalapit na si Gabbi sa mga bagong kaibigan niya. May si Kim, ang mahilig sa K-drama at madalas may dalang kimchi sa lunchbox. Si Pat, ang aspiring vlogger na laging nagvi-video kahit may exam. At si Janelle, ang tahimik pero once magsalita, guaranteed hugot queen. Ang kanilang dynamic ay parang isang well-oiled machine, bawat isa ay may kanya-kanyang papel sa buhay ni Gabbi.

“Uy Gabbi, punta ka sa org meeting later, ha? May free donuts daw!” sabay sabi ni Kim, ang mga mata ay kumikislap sa pag-asa ng sweets.

“Sagot ni Pat! Kasi birthday daw ng hamster niya.”

“True, si Mochi. First birthday niya as a vegan.” sagot ni Pat, na may camera sa kamay, ready nang mag-record ng reaction ni Gabbi.

“Ay wow. Even your hamster is healthier than me,” biro ni Gabbi, sabay iling.

Sa mga ganitong biruan, mas lalong napalapit si Gabbi sa bagong barkada. Ang kanilang friendship ay parang bagong playlist—iba ang genre, pero addictive pa rin. At kahit minsan ay nami-miss niya si Belinda nang sobra, alam niyang hindi siya nag-iisa. Ang mga group study sessions nila na nauuwi sa tawanan ay nagpapatunay na mayroon siyang bago at reliable support system.

Pero hindi ibig sabihin ay putol na ang friendship nila ni Belinda. No, ma’am. Their friendship was still lit AF, kahit thousands of miles apart. Daily ang chat, may weekly video calls pa with matching skincare sessions via Zoom. Parang isang digital extension ng kanilang dati nang solid na samahan.

****

Isang gabi, habang kumakain ng chips si Gabbi at naka-roller sa buhok, ang kanyang mukha ay parang isang masterpiece ng self-care.

“Bes, ‘di mo ba napapansin na iba na ang tono ng boses ni Lawrence sa’yo lately?” tanong ni Gabbi, ang boses ay puno ng conspiracy. Ang tunog ng pagkain ng chips ay nagbibigay ng dramatic effect.

“Hala, wag mo kong ganyanin, Gabbi. Bestie lang kami!” depensa ni Belinda, ang mukha ay namumula.

"Yeah right, bestie mo na 'yung isa, pero 'yung mata niya sayo parang ikaw 'yung extra rice niya sa Jollibee." Hindi sumusuko si Gabbi, may ngiti sa labi.

"Aiiee! Tumigil ka!" sumigaw si Belinda, sabay takip sa mukha. Ang kilig ay halata sa bawat galaw niya.

* * * * * * * * * *

Eventually, dahil sa matiyagang pangungulit ni Gabbi, nagkaaminan din sina Belinda at Lawrence. Isang araw, sa isang video call, bumulalas si Belinda, ang mukha ay puno ng excitement.

"Bes, nagkita kami kahapon ni Lawrence, and... ayun na. Nagkaaminan."

"Ha? Paano? You're there, tapos siya naandito sa Pinas?" gulat na tanong ni Gabbi, halos mabitawan ang face mask niya.

"Surprise! Nag-travel s'ya dito. Part nung prize nila for being the champion in their inter-barangay or something basketball competition." Ang ngiti ni Belinda ay abot tenga.

"At tapos?" hiningal na tanong ni Gabbi, ang puso ay parang tambol sa bilis.

"Hihihi! Kunyari tumawag pa siya ng long-distance, yun pala nasa kalapit ko na siya. There and then, ni-reveal niya na ako talaga yung love niya, and not my sister. Halos umiyak na nga sa akin para maniwala ako." Ang mga mata ni Belinda ay kumikinang sa kilig.

"Hiiiii! Kakilig naman – so what happen next?" Para na ring si Gabbi ang nakikipag-aminan.

"E, di ayun, ni-reveal ko na rin na love ko din siya. So as of today, kami na! We are officially in a relationship." Ang huling salita ay halos pabulong na, puno ng joy.

"Aaaaahhhh! I knew it! My matchmaker powers worked again! Add ko na 'to sa resume ko: certified BFF-slash-love guru." Tuwang-tuwa si Gabbi, tumatalon-talon sa upuan.

"As in legit, kung hindi dahil sa'yo, baka hanggang ngayon, 'friend lang' pa rin kami forever." Sincere na sabi ni Belinda.

"Bes, alam mo na. Pag may wedding ka na, ako ang maid of honor, ha. Wala kang choice."

"Syempre naman! Tapos ikaw pa mag-eemcee, tapos lahat ng jokes mo puro hugot." Sabay silang nagtawanan, ang tunog ng kanilang halakhak ay lumilipad sa internet waves.

Kahit magkahiwalay sila ng timezone, parang wala lang. Buo pa rin ang tawanan, asaran, at heart-to-heart moments. Sa gitna ng lahat ng academic pressure, expectations, at memories ng nakaraan, ang pagkakaibigan nina Gabbi at Belinda ang isa sa mga bagay na hindi nagbago—at mas lalong tumibay. Ito ang kanilang anchor, ang kanilang constant.

* * * * * * * * * * *

At si Gabbi? Sa wakas, naging model student na talaga siya. Hindi na siya 'yung batang ligaw, kundi isang batang matatag, masayahin, at handang harapin ang mundo—with matching color-coded notes and highlighter pa. Ang dating magulo niyang buhay ay ngayon ay parang isang perfectly organized planner.

"Gabbi Navarro, if pagpapatuloy mo itong grades mo, I'm sure you will be graduating with Latin honors."

Narinig niya ang line na 'yon mula sa professor niya, at parang gusto niyang lumipad. Pero siyempre, cool lang siya. Kunwari hindi siya excited. Sa loob-loob niya, nagsasayawan ang mga fireworks.

"Wow, Gabbs, pangarap mo 'to, 'di ba?" tanong ni Kim, ang mga mata ay puno ng paghanga.

Ngumiti siya. Ang ngiti ay malalim, puno ng tagumpay at pasasalamat.

"Oo. At eto na 'yon."

Episode 36

Ang Mansyon ng Pangamba

Kahit gaano pa ka-busy ang schedule ni Gabbi sa school, at kahit puno ng good vibes ang buhay niya kasama ang mga bagong kaibigan, isang katotohanan pa rin ang hindi niya matakasan: nakatira pa rin sila sa mansyon ni Mr. Gordon de Guzman. Isang malaking, nakakapanindig-balahibong katotohanan.

Oo, mansyon. Pero para kay Gabbi, para itong palasyo na may kasamang time bomb. Pakiramdam niya, bawat hakbang niya sa loob ng bahay ay parang survival challenge—parang anytime, may magti-trigger ng "deal clause" at boom! End of the world na. Ang bawat creak ng sahig, ang bawat anino sa dingding, ay nagpapatalon sa kanyang puso.

****

Tuwing gabi, bago matulog, nasa isip niya ang same thought: Paano kung bigla siyang kumatok sa kwarto ko? Paano kung sabihin niyang, 'Gabbi, it's time to fulfill your end of the bargain'? Just thinking about it gives her goosebumps—and not the kilig kind. Kundi 'yung uri ng goosebumps na dulot ng takot at matinding anxiety.

Pero sa kabila ng lahat ng paranoia niya, isang bagay ang hindi niya maintindihan: hindi siya ginagalaw ni Mr. de Guzman. Hindi siya pinipilit. Hindi siya nilalapitan. Parang wala lang. Parang... wala siyang epekto.

Nakakainis. Nakakainis dahil sa loob-loob niya, gusto niya itong mainis. Gusto niyang magalit. Gusto niyang magkaroon ng dahilan para lalong matakot. Pero ang pagiging kalmado ni Mr. de Guzman ay lalo lang nagpapahirap sa kanya.

"Haaiisst, we have a deal, so dapat he has to keep it secret. Pero, bakit dito pa niya kami pinatira sa bahay niya? Hindi ba niya alam ang epekto noon sa akin? Para lang akong doomed for execution na naka-standby? Hello?" reklamo niya kay Kim habang naglilinis sila ng chalkboard sa org room. Ang bawat pagpahid niya ay parang nililinis din niya ang sarili niyang frustrations.

"Baka naman ninenerbiyos lang?" sabat ni Pat na hindi naman alam kung sino yung sinasabi ni Gabbi. Kunwari lang, hypothesis kuno for her play.

"Ninenerbiyos?! Girl, CEO 'yun! Hindi 'yun marunong mahiya." Ang tawa ni Gabbi ay may bahid ng sarkasmo.

Pero kahit gaano pa siya mabuwisit, hindi niya rin maikakaila ang realidad. Kung aalis sila ngayon sa mansyon, saan sila pupunta? Magkano ang renta sa condo? Sa dorm? Or kahit sa barung-barong sa squatters area? Sa karinderya nga lang, ang ulam mahal na. E kay Mr. de Guzman? Libre lahat. Mula sa tuition niya at ni Joshua, hanggang snacks, vitamins ni Daddy, pati 'yung ube cheesecake sa fridge—lahat sponsored. Ito ang kanyang golden cage, ang kanyang sweet trap.

****

"Gabbi, dinner's ready!" sigaw ni Mommy mula sa dining area. Ang boses ng kanyang ina ay parang paanyaya sa isang labanan.

Bumuntong-hininga si Gabbi at tinapik ang sarili sa harap ng salamin. "Showtime."

Sa hapag kainan, nandoon si Mr. de Guzman, tahimik, naka-reading glasses habang nagbabasa ng financial newspaper. Walang ka-drama-drama. Walang tension. Para lang silang magka-opisina na nagkataong magkasabay sa pantry. Ang tunog lang ng paglilipat ng pahina ng dyaryo ang maririnig.

"Good evening po," bati ni Gabbi, pilit ang ngiti. Pinilit niyang maging normal.

"Evening," sagot ng matanda, hindi man lang tumingin. Ang kanyang boses ay parang isang monotone na robot.

“Kamusta po ang stocks?” tanong ni Mommy na parang fangirl ng business news. Si Mommy, laging handang makipag-usap sa kanya, laging naghahanap ng connection.

“Green today. Pero baka bukas pula na naman. Ganyan talaga ang market, unpredictable. Parang... teenagers.”

Napakunot-noo si Gabbi. Was that a jab? Was that directed at me? Ang kanyang paranoia ay nagsimulang maglaro sa kanyang isip.

Pero si Mr. de Guzman, kalmado pa rin. Kumain ng sinigang, parang wala lang. Wala ni isang second na nagtagal ang tingin sa kanya. Parang invisible siya. Ang mainit na usok ng sinigang ay bumabalot sa kanya, tila isang force field.

* * * * * * * * * * *

After dinner, habang nag-aayos ng pinggan, nagbubulong si Gabbi kay Joshua:

“Josh, ‘wag ka munang umalis, please? Stay ka muna dito sa sala. Ayokong maiwan na kaming dalawa lang ni Mr. de Guzman.” Ang boses niya ay halos pabulong, puno ng desperasyon.

“”Huh, e bakit naman?”

“Uhm, kasi, ano...nahihiya ako sa dami ng tulong niya sa atin,” pagsisinungaling ni Gabbi.

“Eh ate, may review pa kami—”

“I’ll bribe you with brownies. Five pieces.”

“Deal.” Mabilis na sagot ni Joshua, ang mga mata ay lumiwanag sa pagkain.

****

Kahit ganoon, gabi-gabi pa rin siyang doble-lock sa kwarto. Triple check sa bintana. Minsan pa nga, binabara pa niya ang pinto gamit ang bean bag ni Joshua. Parang telenovela ang level ng precaution niya. Ang bawat tunog sa labas ng kwarto ay nagpapatalon sa kanyang puso.

At sa kabila ng lahat, si Mr. de Guzman? Walang pake. Parang totally unbothered king.

Minsan lang sila magkausap, mostly small talk. Minsan magkasabay sa hallway:

"Excuse me."

"Ah... okay po."

Tapos lalagpas na siya. Parang scene sa teleserye na walang script.

Walang conflict.

Walang resolution.

Puro awkward silence.

Pero sa puso ni Gabbi, may isang panata na malinaw na malinaw:

Pag naka-graduate na ako, pag may trabaho na ako, itatakas ko ang pamilya ko sa kanya. Hindi kami habang buhay nakatali sa taong 'yon. Wala nang mansyon, wala nang free ube cheesecake, wala nang kaba. Ako naman ang mag-aalaga sa pamilya ko. Ang panata ay naging isang sumpa, isang pangako sa sarili. Deal man o no deal!

Episode 37

Ang Pagtatapos At Ang Panibagong Simula

Sa wakas, pagkatapos ng ilang taong puno ng kaba, pag-iwas, at paulit-ulit na pag-lock ng pinto, nakapagtapos na rin si Gabbi. Nag-ingay ang buong auditorium nang marinig ang kanyang pangalan—magna cum laude pa!

"Gabriela Navarro, magna cum laude!" sigaw ng emcee, puno ng enerhiya ang boses.

Tumayo si Gabbi, nakangiti, pero sa loob-loob niya, para siyang may marching band sa dibdib. Bawat tibok ng puso niya parang countdown.

"Graduation ko na... baka ito na ang simula ng katapusan ko."

****

Habang umaakyat sa entablado, nakita niya ang pamilya niya sa audience—si Mommy na may hawak na bouquet, si Joshua na parang Joker sa laki ng ngiti, si Daddy na naka-wheelchair pero kasing liwanag ng stage lights ang ngiti... at siyempre, si Mr. Gordon de Guzman. Naka-itim na suit, naka-salamin na parang K-drama executive, at may presence na parang multo sa paligid ni Gabbi.

"Anak ko!" halos hindi makahinga si Mommy sa kaiiyak habang niyakap siya. Medyo smudged na ang make-up sa sobrang emosyon. "Magna cum laude ka! Oh my goodness, sobrang proud kami sa'yo!"

"Congrats, Ate!" sigaw ni Joshua, sabay agaw ng diploma para tingnan. Second year pa lang si Joshua sa college pero mukhang na i-inspire dahil sa kanya.

"Anak," sabi ni Daddy, mahina man ang boses pero puno ng pagmamahal. "Salamat sa pagsisikap mo. Alam kong hindi naging madali, lalo na't nagpa-part-time na trabaho ka pa."

Ngumiti si Gabbi. Ang alam ng pamilya niya, scholar siya sa kompanya ni Mr. de Guzman at nagtatrabaho siya part-time. Hindi nila alam ang tunay na dahilan kung bakit sila nakatira sa mansion ni Gordon, kung bakit libre lahat—tuition, bahay, pagkain. Lalo na ang lihim nilang kasunduan: na pagkatapos ng graduation, magiging kerida siya ng matandang ito.

"Gabriela, congratulations."

Lumingon si Gabbi. Papalapit si Mr. de Guzman, may hawak na bouquet na parang galing sa flower shop ng mga artista—pula, puti, at pink na roses, may ribbon pa.

"Gordon!" bati ni Mommy. "Salamat sa pagpunta. At salamat din sa lahat ng tulong mo sa amin."

"Walang anuman, Adela. Karapat-dapat suportahan ang anak ninyo."

"Napakabait mo talaga," dagdag ni Daddy. "Hindi ko alam kung paano kami makakabawi."

Napansin ni Gabbi ang bahagyang pagpitik ng ekspresyon ni Mr. de Guzman—parang may kilig sa panga niya.

"Hindi na kailangan, Lorenzo. Ang makita si Gabriela na matagumpay, sapat na."

"Yeah, right," bulong ni Gabbi sa sarili. *"Hindi ba may hinihintay kang 'payment' after ng party na 'to?"*

"So," dagdag ni Mr. de Guzman, aka, Gordon, "handa na ba kayo para sa celebration mamayang gabi? Ako na ang bahala sa lahat."

"Ay, oo, sir!" sagot ni Mommy. "Excited na kami! May programa pa raw, sabi mo."

"Tama. Kita-kita tayo mamaya."

Umalis si Gordon, pero bago tuluyang lumayo, tinignan ulit si Gabbi. May mata siyang parang puzzle na hindi ma-solve.

* * * * * * * * * * *

Kinagabihan, parang fairy tale ang mansion. Lights! Music! Taong hindi niya kilala pero bumabati sa kanya! May catering, may bandang tumutugtog ng chill jazz, may balloons, may lechon pa sa gilid na slow-mo ang pag-ikot!

"Haaiisst... graduation party ba 'to o wedding celebration?" bulong ni Gabbi habang naglalakad sa ballroom. *"Ako ba ang bride?"*

"Ate, libre ang photo booth ha. Dapat may duck face tayo mamaya!" sabat ni Joshua, naka-bowtie pa, parang ring bearer.

May emcee pa na parang DJ ng Love Radio.

"Mga kaibigan! Palakpakan natin ang ating bida ngayong gabi—Gabriela Navarro! Magna Cum Laude! Beauty and brains!"

Confetti! Ilaw! At... isang mascot? Wait, what?

"Is that... is that a tiger?" tanong ni Gabbi, nakakunot-noo.

"Oo, anak! Sabi ni Mr. de Guzman, gusto niyang memorable ang party mo!" sagot ni Mommy, tuwang-tuwa.

"Memorable? O traumatizing?" bulong niya habang pinipilit ngumiti sa tabi ng university mascot para sa picture.

* * * * * * * * * * *

Habang lahat ay nagkakatuwaan, dumating ang moment na kinatatakutan ni Gabbi. Lumapit si Mr. de Guzman, seryoso ang mukha, may hawak na maliit na box na may red ribbon. May background violin music pa, parang teleserye!

“Gabriela,” tawag niya. Para siyang kontrabida na may twist.

“Yes, sir?” kunwari kalmado si Gabbi pero ready na siyang mag-sprint.

“Congratulations. Proud ako sa’yo.”

“Ah... salamat po.” Nanginginig ang kamay ni Gabbi.

Iniabot ni Gordon ang box.

Nang buksan ni Gabbi, isang gold bracelet ang laman, may pendant na letter G. G para kay Gabbi, hindi kay Gordon. Personalized.

Kinang na kinang sa ilaw ng chandelier.

Tahimik si Gabbi. Tinitigan ang bracelet, parang sinisigurado kung may curse.

“Uhm... thank you, sir... Hindi po ba ito cursed? May tracker ba ‘to?”

Tumawa si Gordon.

“Wala. Wala akong time para sa James Bond gadgets.”

“Baka pag sinuot ko ‘to, may lalabas na hologram: ‘It’s time, Gabriela.’”

“Grabe ka. Para kang Netflix special.”

Biglang singit si Joshua, “Ate, parang proposal yan ah. Tito Gordon, ring next?”

“Shhh! Joshua! Bite your tongue! Lumayas ka nga! CR ka muna, dali!” sigaw ni Gabbi, namumula sa hiya.

Tawa nang tawa si Mr. de Guzman. Parang may sound effect na coins sa bawat tawa niya.

“Don’t worry. Gift lang yan. Walang hidden terms and conditions. Hindi yan contract extension.”

Nag-wink pa siya bago bumalik sa guests, parang mysterious bachelor sa movie.

* * * * * * * * * * *

Naiwan si Gabbi sa silya, hawak ang bracelet na parang bomba.

"Akala ko na... Akala ko na yun na... whew."

Lumapit si Mommy, super saya. "Anak, bait talaga ni Mr. de Guzman no? Para mo na siyang second dad!"

"DAD?! SECOND WHAT?!" halos mabilaukan si Gabbi sa tubig. "Mommy, please. Never say that again. Ever."

Tinignan niya ang bracelet. Pinag-isipan kung isusuot ba niya o ibabaon sa likod ng closet. Isang simpleng alahas, ngunit puno ng hindi inaasahang kahulugan.

Okay, Gabbi. Calm down. Hindi pa 'to apocalypse. Pero kailangan mo nang mag-ipon. Baka next gift niya... ugh! sing-sing na. Isang thought na nagpatindig ng balahibo niya. Their game continues.

Episode 38

Ang Tahimik na Pangako ng Mansyon

Tahimik ang library ni Mr. Gordon de Guzman, pero may kung anong bigat sa katahimikang 'yon. Hindi ito tahimik dahil walang tao—bagkus, parang laging may nakatingin, may nagmamasid. At para kay Gabbi, ang bawat sulok ng mansion ay parang paalala ng isang lihim... isang kasunduan na hindi nabubulgar pero ramdam sa bawat paghinga niya.

Narito siya ngayon sa loob ng library—isang malawak at marangyang silid na punô ng mamahaling aklat na halatang hindi na nabuklat simula pa noong panahon ni Rizal. Umuukit ang araw sa bintanang salamin, nag-iiwan ng ginintuang liwanag sa makakapal na karpet. Nakasandig siya sa lumang upuan, kunwaring nagbabasa. Pero ang totoo, halos wala siyang naiintindihan sa binabasa. Tumitibok ng mabilis ang puso niya, parang may paparating na hindi niya alam kung matatakot ba siya o hindi.

Inikot ng daliri niya ang bracelet sa kaniyang pulso—isang napakagandang gintong pulseras, may disenyong dahon at bulaklak. Regalo ni Mr. de Guzman ngayong graduation niya. G for Gabbi daw, pero para sa kaniya, G for God Help Me.

* * * * * * * * * * *

"Gabriela."

Napatalon siya. Muntik nang mahulog ang libro. Nasa likuran na pala niya si Mr. Gordon de Guzman—nakasuot ng dark blue three-piece suit, parang galing sa isang Korean drama, pero mas nakakatakot kasi totoo siya.

"Sir Gordon," sabi niya, mabilis na isinara ang libro. "Hindi ko po kayo narinig pumasok."

Ngumiti ito—'yung tipong ngiti na hindi mo alam kung mabait o mapanganib.

"You seem very focused on your reading. That's good."

Parang may kabog sa dibdib ni Gabbi na ayaw tumigil. Para siyang sinasakal ng sariling hininga.

"Ah, eh... yes, sir. Nagbabasa lang po," sabi niya, pilit pinapakalma ang sarili.

"Why do you look so surprised?" tanong nito habang humihigop ng kape. Hindi nito inaalis ang tingin sa mukha ni Gabbi.

"Ah... well... I just didn't expect the party," sabay ngiti na awkward. "I mean, thank you, sir, ha. It's beautiful, but parang... ang extra?"

Tumawa si Gordon, 'yung mababang tawa na parang may kasamang lihim.

"Nothing is too much for a Magna Cum Laude graduate. Besides, I wanted to make it special."

"Why?" Biglang tanong ni Gabbi. "Bakit po kayo... ang bait sa'kin? And bakit parang wala kayong balak... you know."

Hindi siya makatingin nang diretso. Nanginginig ang boses niya.

"You mean our agreement?" tanong ni Gordon, tahimik ang tono.

"Y-yes..." halos pabulong si Gabbi. "Matagal na kaming naninirahan dito. Graduate na ako. Pero ni minsan, hindi n'yo..."

"Did you want me to do something?" May konting amusement sa tono ni Gordon.

****

"NOOOO!" Mabilis at medyo malakas ang sagot ni Gabbi. Napalingon ang isang katulong sa labas ng library. "I mean... no. I'm just wondering kasi akala ko..."

“Akala mong kukunin ko na agad ang kapalit ng kasunduan natin?” sabay tingin ni Gordon sa kaniya, diretso at walang kurap. “I’m not that kind of man, Gabriela.”

Napakagat ng labi si Gabbi. Hindi niya alam kung maaawa ba siya sa sarili o matatakot.

“Then what kind of man are you?” tanong niya, hindi napigilan.

“The kind who keeps his word. Sinabi kong hindi kita gagalawin hangga’t hindi ka pa graduate. Now that you are... doesn’t mean I’m in a rush.”

Tahimik. Marahang tumayo si Gordon, humakbang palayo. Pero bago pa siya tuluyang makalabas ng silid, huminto siya sa pinto at tumingin muli kay Gabbi.

“By the way, I have another surprise for you. Pero saka na ’yon.”

“Sir, wait—”

Pero wala na siya. Naiwan si Gabbi, tulala sa upuan, hawak pa rin ang bracelet na tila ba biglang bumigat.

Episode 39

Ang Trabaho At Ang Tanong Na Gumugulo Sa Isip

Pagkaalis ng huling bisita at muling nanahimik ang mansiyon, tinawag ni Gordon si Gabbi sa opisina niya. Mala-palasyo ang opisina ni Gordon sa ikatlong palapag ng mansiyon, punong-puno ng antigong muwebles, mga obra maestra ng mga kilalang pintor, at isang malaking mesa na gawa sa mahogany sa gitna.

Kinakabahan si Gabbi na pumasok, hindi niya alam kung ano ang aasahan. Nakaupo si Gordon sa kanyang mesa, may hawak na folder. Mala-romantiko ang dilim ng silid, na para bang naghahanda sa isang importanteng pag-uusap.

"Maupo ka, Gabriela," malumanay ngunit may awtoridad na sabi ni Gordon.

Sumunod si Gabbi, nanginginig nang bahagya ang mga kamay. Umupo siya sa silyang gawa sa balat, sa tapat ng mesa ni Gordon.

"Una sa lahat, congratulations ulit sa pagtatapos mo. Pinaghirapan mo 'yan, at kitang-kita naman ang resulta." Taos-puso ang mga mata ni Gordon, walang bakas ng paglibak o anumang tinatagong balak.

"Salamat po, sir."

"Ngayon, tungkol sa surpresa ko." Binuksan ni Gordon ang folder at iniabot kay Gabbi. "Para sa'yo 'yan."

* * * * * * * * * * *

Kinuha ni Gabbi ang folder at binasa ang mga papel sa loob. Nanlaki ang kanyang mga mata nang makita ang letterhead ng isa sa mga pinakatanyag na kumpanya sa bansa.

“Teka... ANO?! Ako?! Sa Grant & Blake Corporation?! ‘Yan ‘yung may rooftop garden at free Starbucks sa pantry, ‘di ba?!” Halos lumabas ang litid sa leeg ni Gabbi sa tindi ng pagkasabik at pagkabigla.

Tumango si Gordon, nakangiti. “Oo. Inirekomenda kita sa CEO. Naghahanap sila ng mga fresh graduate na may kakayahan at kwalipikasyon na tulad mo. Sa’yo ang posisyon, kung gugustuhin mo.”

Napa-tulala si Gabbi. Hindi niya alam kung paano magre-react sa balitang ito. Isang trabaho? Isang lehitimo at malaki ang sweldong trabaho sa korporasyon? Hindi ito ang inaasahan niya. Sa loob ng maraming taon, inihanda niya ang sarili para sa ibang kinabukasan—ang maging kabit ni Gordon.

“Pero... bakit?”

“Bakit hindi? Kwalipikado ka. Matalino ka. At naniniwala akong magaling ka doon.” Matatag ang tingin ni Gordon, walang halong panlilinlang.

“Hindi ba... hindi ba dahil gusto mo akong kontrolin?” Direkta ang tanong, walang paliguy-ligoy.

* * * * * * * * * * *

Tumawa si Gordon, isang tunay na tawa na nanggagaling sa kanyang dibdib. “Kontrolin ka? Gabriela, kung gusto kitang kontrolin, hindi kita bibigyan ng financial freedom.”

Pinag-isipan ito ni Gabbi. Tama siya. Kung may sarili siyang trabaho, sariling pera, mas madali para sa kanya na umalis kung gugustuhin niya. Ito ang kabaligtaran ng kontrol.

“So... wala kang tinatagong balak?” Sinuri ng kanyang mga mata ang mukha ni Gordon, naghahanap ng katotohanan.

“Ang tanging balak ko ay makita kang magtagumpay.” Tumayo si Gordon at lumapit sa bintana, tiningnan ang madilim na hardin sa labas. “Kabaligtaran ng iniisip mo, hindi ako nalulugod na makita ang mga tao na nakakulong o malungkot.”

"Pero ang kasunduan natin..." Hindi natapos ni Gabbi ang kanyang pangungusap, hindi sigurado kung paano bibigkasin ang kanyang iniisip.

"Nanatili pa rin. Tao ako na may isang salita, Gabriela. Pero tao rin ako na pinahahalagahan ang pagpipilian. Pinili mong tanggapin ang alok ko noon dahil wala kang ibang pagpipilian. Ngayon, binibigyan kita ng mga pagpipilian."

* * * * * * * * * *

Humarap si Gordon kay Gabbi, seryoso ngunit malumanay ang ekspresyon.

Hindi alam ni Gabbi kung ano ang iisipin. Sa loob ng maraming taon, inihanda niya ang sarili para sa araw na ipapatupad ni Gordon ang kanilang kasunduan. Ngunit ngayon, tila binibigyan siya nito ng pagkakataong makatakas.

"Salamat po sa pagkakataon," sabi ni Gabbi, hawak pa rin ang folder. "Aaa...iisipin ko po muna."

"Take your time. Ang posisyon ay available anumang oras na handa ka." Nakakapanatag ang boses ni Gordon, walang presyon.

Tumayo si Gabbi para umalis, ngunit bago siya makalabas ng pinto, nagsalita muli si Gordon.

"Ummm, Gabriela?"

"Po?" Hawak na ni Gabbi ang doorknob.

"Ang ganda ng bracelet mo. Masaya akong suot mo 'yan." Napako ang tingin ni Gordon sa gintong bracelet sa pulso ni Gabbi.

Tiningnan ni Gabbi ang bracelet sa kanyang pulso, kumikinang ang masalimuot na disenyo nito sa malabong ilaw ng silid. Hindi niya alam kung bakit, pero bigla siyang namula.

"Good night, Sir."

"Good night, Gabriela."

* * * * * * * * * *

Pagbalik ni Gabbi sa kanyang silid, agad siyang sinalubong ng kanyang Mommy. Malaki at elegante ang silid ni Gabbi sa mansiyon, may sariling banyo at walk-in closet, isang malaking four-poster bed, at isang balkonaheng tanaw ang hardin.

"Ay, anak! Ano, anong sabi ni Gordon?" Puno ng pagka-usyoso at pagkasabik ang mukha ni Mommy.

"Mommy, nakikinig ka ba sa usapan namin?" Umupo si Gabbi sa gilid ng kanyang kama, medyo naiirita ngunit hindi galit.

"Ay, hindi, ah! Nakita ko lang na tinawag ka niya sa opisina niya. Kaya, ano'ng meron?" Umupo si Mommy sa tabi ni Gabbi, nagtatanong ang mga mata.

****

Iniabot ni Gabbi ang folder sa kanyang ina. "Job offer, Mommy. Mula sa Grant & Blake Corporation."

Nanlaki ang mga mata ni Mommy habang binabasa ang mga detalye. "Oh, my God, anak! Ang laki ng starting salary! At may benefits pa! Buti na lang may koneksyon si Gordon! Ang bait-bait talaga niya, 'di ba?"

Mabait... o niloloko ako para mahulog sa patibong, isip ni Gabbi. Ngunit maging sa kanyang isip, hindi na siya kumbinsido sa ideyang iyon. Tila mayroong talagang pagiging taos-puso sa alok ni Gordon.

"Oo, Mommy. Ang swerte ko nga," malumanay at mapag-isip na sabi ni Gabbi.

"Kailan ka magsisimula?" Kitang-kita ang pagkasabik sa boses ni Mommy.

"Hindi ko pa alam. Sabi ni Mr. de Guzman pwede akong magsimula kahit kailan." Nahiga si Gabbi sa kama, nakatingin sa kisame.

"Ay, anak, sunggaban mo na 'yang oportunidad! Bihira 'yan!" Tumayo si Mommy at naglakad patungo sa pinto. "Sige na, magpahinga ka na. Tuwang-tuwa lang talaga ako para sa'yo."

Tumango si Gabbi, ngunit sa kaibuturan ng kanyang puso, nalilito pa rin siya. Ang lalaking ito. Ang mayamang matandang lalaking ito. Hindi niya namamalayang siya ang nagtutulak sa plano kong makatakas. Bravo, old man. Bravo.

****

Pagkatapos makipag-usap sa kanyang ina, nakahiga si Gabbi sa kanyang kama, iniisip ang mga nangyari. Tahimik ang kanyang silid, ang tanging naririnig ay ang mahinang tunog ng air conditioner at ang paminsan-minsang huni ng kuliglig sa labas.

"Bakit ganoon si Mr. de Guzman? Bakit tila binibigyan niya ako binibigyan ng kalayaan gayong pwede niyang ipatupad ang kanilang kasunduan anumang oras?"

Baka may mas malaki siyang plano?

Baka ito ang paraan niya para mas mahulog ako sa kanya?

Pero kahit na tila lahat ng pabor ay nahuhulog sa kanyang kandungan, bawat araw ay parang reality show para kay Gabbi—ang "Will Today Be The Day? Edition."

Episode 40

Bagong Trabaho, Bagong Buhay Ba?

Lumipas ang mga araw, at sinimulan ni Gabbi ang kanyang bagong trabaho sa Grant & Blake Corporation. Ang gusali ng opisina ay isang modernong tore na salamin sa gitna ng business district, 30 palapag ng bakal at salamin na kumikinang sa sikat ng araw. Gaya ng inaasahan, maganda ang opisina, propesyonal ang kapaligiran, at siksik sa benefits. Nagulat pa siya nang malaman na may sarili siyang opisina, kahit na entry-level position lang ang hawak niya.

"Ms. Navarro, may I come in?" Isang katok sa pinto ang nagpatunghay kay Gabbi sa kanyang pintuan ng opisina.

Tiningnan ni Gabbi ang pinto at nakita ang CEO ng kumpanya, si Mr. Blake. Matangkad siya, medyo may edad na, ngunit guwapo pa rin sa isang marangal na paraan. Lumabas na isa nga siyang kaibigan ni Mr. de Guzman.

"Of course. Come in, please." Tumayo si Gabbi mula sa kanyang mesa, medyo kinakabahan sa presence ng CEO.

Pumasok si Mr. Blake at umupo sa tapat ng mesa ni Gabbi. Perpekto ang pagkakatahi ng kanyang suit, at propesyonal ngunit palakaibigan ang kanyang kilos. "I just want to know how you are. Gordon thinks highly of you."

"Gordon? Do you mean, Mr. de Guzman?" Medyo nagulat si Gabbi sa kaswal na paggamit ni Mr. Blake ng pangalan ni Gordon.

"Yes. Matagal na kaming magkaibigan. Nang irekomenda ka niya, he insisted I give you the highest position that is best suited for you." Nagtatanong ang mga mata ni Mr. Blake, na para bang sinusubukang alamin ang relasyon nina Gabbi at Gordon.

"Ah, ganoon po ba?" Kaya pala. Talagang may koneksyon sila. Hindi lang pala simpleng rekomendasyon. Nagtaka si Gabbi kung gaano kalakas ang impluwensya ni Mr. de Guzman sa mundo ng negosyo.

"Nabasa ko na nakatira ka sa mansyon niya?" Kaswal ang tanong ngunit may bahid ng pagka-usyoso.

"Opo, sir. Kasama po ang pamilya ko," mabilis na dagdag ni Gabbi, upang maiwasan ang anumang maling interpretasyon. *"Wow, usi si Kuya!"*

"Ah, ganoon. Well, sa sweldo mo ngayon, kaya mo na siguro magkaroon ng sarili mong lugar sa lalong madaling panahon kung gugustuhin mo." Subtly pero malinaw ang pahiwatig.

Pinag-isipan ito ni Gabbi. Tama siya. Sa sweldo niya, kaya na niyang umupa ng sarili niyang apartment. Makakaalis siya sa mansyon ni Mr. de Guzman. Ganap siyang magiging malaya.

Pero gusto ko pa nga bang umalis?

Nagulat si Gabbi sa tanong na iyon. Bakit niya naisip iyon? Siyempre, gusto niyang umalis. Iyon ang plano niya mula pa sa simula—ang magtapos, makahanap ng trabaho, mag-ipon ng pera, at makatakas kay Mr. de Guzman.

* * * * * * * * * * *

Busy si Gabbi, nang may tumutunog na email notification sa laptop niya, pero hindi agad siya kumikilos. Abala pa siya sa pag-aayos ng table calendar na puro sticky notes ng mga meeting, deadlines, at color-coded reminders. Naka-blouse siya ngayon, naka-slacks—ibang-iba sa dating Gabbi na palaging naka-house clothes sa mansion.

Mula sa phone niya, may bagong text.

From: Mommy

Anak, si Daddy lumakad papuntang kusina.

WALANG TUNGKOD. Naiyak ako. 🥺💖

Napangiti si Gabbi. Yung tipong ngiti na parang may sumundot sa puso mo ng pa-cute. Pinindot niya agad ang call button.

* * * * * * * * * * *

"Ma? Totoo ba 'to?"

Sa kabilang linya, halatang pigil ang emosyon ni Mommy Adela.

"Oo, anak! Nakakapanibago. Bigla na lang tumayo, tapos naglakad... tapos ayaw pa ngang paalalay.

Sabi niya, 'Kaya ko 'to, Adela. Dati nga akong tumatakbo, 'di ba?' Ay, Diyos ko, parang teleserye."

May tumiklop sa dibdib ni Gabbi. Sa gitna ng lahat ng bagong responsibilidad sa trabaho, heto ang paalala—gumagaan na ang bigat.

****

Pag-uwi niya, hindi agad siya pumasok. Tumigil siya sa tapat mansion, pinakiramdaman ang katahimikan. Huminga siya nang malalim, parang sinasalinan ng lakas mula sa hangin ng gabi.

Pagbukas niya ng pinto, naroon si Daddy—nakaupo sa dining chair, nagkakape, nakangiti. Wala na ang tulong ng tungkod. May kunting panginginig pa sa kamay, pero nanunumbalik na ang dating postura ng isang dating ama ng tahanan.

"Ang daming papeles sa trabaho?" tanong ni Daddy, habang humihigop ang kape.

"Ha! Kung alam mo lang. Pero hindi ako magrereklamo, 'di ba? Kasi may pa-surprise si Daddy ngayong gabi. Standing ovation eh!"

"Hmm, next week baka makipag-basketball na 'ko sa mga ka-barangay," biro ni Daddy, may ngiting pasaway.

"Easy lang po, MVP. Baka lumagapak agad," sabay lapit ni Gabbi para yakapin siya mula sa likod.

Dumating si Joshua, may dalang box ng pizza. "Uy, group hug ba 'to o soft launch ng bagong reality show?"

"Shhh," bulong ni Gabbi. "Hayaan mo yung moment."

****

Kapag nag-iisa si Gabbi sa mansyon at narinig ang mahinang yabag ng sapatos na gawa sa balat ni Mr. de Guzman sa pasilyo, pakiramdam niya'y humihinto ang kanyang paghinga. Malaki ang tunog ng kanyang mga yapak—mabigat ngunit kontrolado, may kumpiyansa ngunit hindi agresibo.

"Ay, !@##@!... Ayan na siya... Lord, kung kukunin mo ako, wag po muna ngayon." Laging bulong ni Gabbi sa sarili, nagkukunwaring abala sa pagbabasa ng libro sa library.

Ngunit sa halip na drama, sisilip lang siya sa pintuan ng library. Ang ilaw mula sa pasilyo ay nagbibigay ng malambot na glow sa mukha ni Gordon, na nagpapatingkad sa kanyang matapang na jawline at ang bahagyang uban sa kanyang sentido.

"Handa na ang hapunan. Huwag mong gutumin ang utak mo, Miss Cum Laude." Magaan ang kanyang boses, halos nanunukso.

"Ah... okay, salamat po..." Sheesh. Bakit ang kalmado mo palagi, sir? Kinamot ni Gabbi ang kanyang ulo, nalilito sa patuloy na kabaitan ni Gordon.

At kapag nagkikita sila sa pasilyo, lalo na sa umaga bago sila magpunta sa kani-kanilang trabaho:

"Gabriela, good morning. Mukha kang stressed." Tama ang obserbasyon—stressed nga si Gabbi sa kanyang mga bagong responsibilidad sa trabaho.

"Ah... busy lang sa trabaho. Alam mo na 'yan." Mahigpit ang hawak ni Gabbi sa kanyang coffee mug na parang ito ang kanyang buhay, ang buhok ay medyo magulo pa mula sa paggising.

"Oo nga. Trabaho. Hindi dahil iniisip mong kikidnapin kita para tuparin ang ating sinaunang verbal contract." Ang bahagyang ngiti sa labi ni Gordon ay nagpapahiwatig na biro lang iyon.

ANO BA—Ginawa lang ba niya—?! Kitang-kita sa mukha ni Gabbi ang kanyang panloob na pagka-taranta.

"Ha-ha-ha... siyempre hindi! Ang funny naman ng ideya na 'yan, sir!" Kinakabahan na tumawa si Gabbi, pinagpapawisan nang husto kahit malamig ang air conditioning. Ang kanyang tawa ay pilit at matinis.

****

Isang gabi, habang nagbabasa si Gabbi ng mga ulat sa kanyang silid, ang kanyang mesa ay puno ng mga papel at ang kanyang laptop ay bukas sa maraming spreadsheets, may kumatok sa kanyang pinto.

"Pasok," sabi niya, iniisip na baka si Mommy o si Joshua.

Ngunit pumasok si Mr. de Guzman, may dalang tray ng tsaa at cookies. Magandang fine china ang set ng tsaa, at bagong luto ang mga cookies, ang amoy nito ay nagpapaalala ng ginhawa at tahanan.

"Naisip kong baka kailangan mo ng break. Wala ka nang tigil sa trabaho simula nang dumating ka."

Taos-puso ang pag-aalala sa boses nito.

Nagulat si Gabbi. "Ah, salamat po, sir. Hindi niyo naman po kailangan gawin 'to." Inayos niya ang mga papel sa kanyang mesa upang magbigay ng espasyo para sa tray.

"Alam ko. Pero gusto ko." Inilagay ni Mr. de Guzman ang tray sa maliit na mesa sa tabi ng kama ni Gabbi. "Kumusta ang trabaho?"

"Maayos naman po. Mahirap, pero marami akong natututunan." Kumuha si Gabbi ng tasa ng tsaa, nakakapanatag ang init nito sa kanyang mga kamay.

"Mabuti. Iyan ang inaasahan ko." Nakangiti si Mr. de Guzman, ipinagmamalaki, tulad ng isang mentor na nakikita ang pag-unlad ng kanyang estudyante.

****

Umupo siya sa gilid ng kama, medyo malayo kay Gabbi ngunit sapat na malapit para maramdaman niya ang presence nito. Banayad ngunit panlalaki ang kanyang cologne, pinaghalong sandalwood at kung anong amoy-sitrus.

"Gabriela, pwede ba akong magtanong sa'yo?" Seryoso ngunit malumanay ang kanyang tono.

"Po?" Tumingala si Gabbi mula sa kanyang tsaa.

"Masaya ka ba rito? Ang ibig kong sabihin, ang nakatira sa bahay na ito." Direkta ang tanong ngunit hindi nakakatakot.

Hindi agad sumagot si Gabbi. Masaya ba siya? Sa totoo lang, hindi niya alam. Kumportable siya, panatag, at walang anumang kakulangan sa materyal na pangangailangan. Pero masaya?

"A-a-a-hindi ko po alam, sir. Siguro... kumportable ako. Pero hindi ko alam kung masaya ako," prangkang sagot ni Gabbi, nagulat sa sarili niyang katapatan.

Tumango si Mr. de Guzman, na para bang naiintindihan.

"At ano ang magpapasaya sa'yo?"

"Kalayaan, siguro," prangkang sagot ni Gabbi.

"Walang kasunduan, walang utang na loob, walang... inaasahan."

Habang sinasabi niya ito, hindi na siya sigurado kung totoo pa rin ito.

"Hmmm, I see." Tumayo si Mr. de Guzman, malalim ang iniisip. "Well, sana mahanap mo ang kaligayahan na iyon, Gabriela. Dito man o sa ibang lugar."

At umalis siya sa silid, naiwang mas nalilito si Gabbi kaysa dati.

Episode 41

Whahapen, Bella?

Tahimik. Sobrang tahimik. Parang Sunday morning na walang ingay ng tricycle, tahol ng aso, o kahit kaluskos ng mga tsinelas. Pero Lunes ngayon, kaya imposible ang katahimikan sa mansion ni Mr. Gordon de Guzman. Kahit araw ng pahinga, palaging may dumarating na delivery, may dumadaan na hardinero, o kaya ay naggigitara si Manong Lito, ang utility man. Pero ngayon, kakaiba. Walang ingay, walang galaw. Ang ere, parang nakakulong sa isang vacuum, halos marinig mo ang sarili mong paghinga.

Naglalakad si Gabbi sa hallway, bitbit ang half-empty mug ng kape. Naka-pambahay lang—t-shirt ng kapatid niyang si Joshua na may "Just One More Game" na print, at lumang shorts na punit-punit na sa laylayan. Medyo lukot pa ang damit niya, halatang kakagising lang. Huminto siya sa tapat ng kitchen, nakasimangot habang sinusubukan niyang iproseso ang kakaibang katahimikan.

"Manang Maria?" tawag niya, pa-silip sa kitchen. Wala. Ang mga gamit sa kusina, nakalinya nang maayos, parang hindi ginamit. Walang amoy ng kape, walang tunog ng kawali. Ang counter top, malinis na malinis, mas malinis pa sa konsensya ng pulitiko.

"Kuya Baste?" Sinilip niya ang labas, pero wala rin ang driver. Ang garahe, walang laman. Ang gates, nakasarado pero hindi nakalock. Para siyang nasa set ng isang pelikula na biglang nagcut ng scene.

Biglang sumulpot si Joshua, kagigising lang. Magulo pa ang buhok at may muta pa sa mata. Kakamot-kamot pa siya ng ulo, ang mukha ay parang kulubot na dahon na kailangan ng tubig.

"Ate, anong oras na? Wala pa bang almusal? Gutom na 'ko, eh. Yung tiyan ko, nagwawala na, parang may fiesta sa loob," reklamo ni Joshua, sabay hawak sa tiyan niya.

"Ha? Wala pa nga 'kong nakikitang tao, eh. Kahit si Manong security, wala sa gate. Weird, 'di ba? Para tayong nasa zombie apocalypse, pero walang zombies, at mas tahimik," sagot ni Gabbi, bahagyang nag-aalala.

Nagkibit-balikat si Joshua. "Baka day off nila? Collective leave? Pati si Mr. de Guzman? Baka nag-retreat silang lahat sa Tagaytay? Sheesh, sana ol may retreat."

Pagkasabi no'n, parang may kuryenteng dumaloy sa likod ni Gabbi. Ang kanyang mga mata ay nanlaki, at ang mug sa kamay niya ay muntik nang malaglag. Napakagat labi siya. "Teka, teka... anong collective leave? Imposible!"

****

Mabilis siyang tumakbo sa second floor, sa tapat ng kwarto ni Gordon. Ang bawat hakbang niya ay parang tumutunog sa katahimikan ng bahay. Ang puso niya, bumibilis ang tibok, parang tambol sa isang ritwal.

Tok. Tok. Mahina niyang kumatok, parang ayaw niyang guluhin ang kapayapaan na bumabalot sa lugar.

"Sir Gordon?" mahinang tawag niya, may halong kaba sa boses.

Walang sumagot. Walang kahit anong galaw sa loob. Parang walang nakatira doon.

Binuksan niya ang pinto. Laking gulat niya. Walang tao. Wala ring gamit. Kahit ang paborito nitong leather armchair—wala. Ang mesa, bakante. Walang libro, walang papeles. Kahit yung mug niyang may "Boss ng Lahat" ay nawala rin. Ang lalagyan ng whiskey? Clean as a whistle. Pati ang kurtina, nakabukas, pero walang bumubulong na hangin. Ang kwarto, parang nilinis ng husto, na parang hindi ito tinirhan ng isang tao sa mahabang panahon.

"Haaiisst! Bakit parang bigla siyang naglaho? Para siyang multo na bigla na lang nag-evaporate! Ano ba 'yan, parang telenovela bigla!" bulong ni Gabbi, ang boses ay puno ng pagkabigla at pagkalito.

Bumaba siya agad at tumawag kay Mommy sa sala, habang si Joshua ay abalang nagkakalkal ng ref. Ang mukha ni Joshua ay parang bata sa candy store, pero walang candy.

"Ma! Ma! Si Mr. de Guzman... wala! Zero! Gone with the wind!" sigaw ni Gabbi, halos mapaos na ang boses.

Si Mommy Adela, na busy sa pagi-spray ng indoor plants, ay napalingon. Ang kanyang spray bottle, huminto sa ere.

"Wala? Saan nagpunta? Baka nasa golf lang o meeting? Alam mo naman si Mr. Gordon, bigla-bigla ang mga lakad niyan," sagot ni Mommy, kalmado pa rin, hindi pa ganap na naiintindihan ang gravity ng sitwasyon.

"Ma, wala na talaga. As in wala na lahat ng gamit sa kwarto niya. Ni si Manang at si Kuya Edgar, wala rin. Pati yung toothbrush niya, wala na! Ano 'to, vanishing act? Magic show?" paliwanag ni Gabbi, unti-unting napipikon sa kalmadong reaksyon ng kanyang ina.

Si Daddy, tahimik lang sa gilid, nagbabasa ng dyaryo na baligtad. Pero kita sa mga mata niya ang pagkabahala. Ang kanyang mga kamay, nanginginig nang bahagya habang hawak ang dyaryo.

"Baka emergency trip lang? Business? Alam mo naman, madalas silang may biglaang biyahe sa ibang bansa," sabi ni Daddy, sinusubukang maging kalmado, pero halata ang pag-aalala sa boses.

Iba ang kutob ni Gabbi. Ang kanyang intuwisyon ay nagsasabi sa kanya na may mas malalim na dahilan sa pagkawala ni Gordon. Mabilis siyang tumakbo papuntang library—ang paborito nilang taguan ng sikreto. Ang library na 'yon ay saksi sa maraming ngiti, tawanan, at minsan, tampuhan nilang dalawa. Ang lugar kung saan naging kumportable si Gabbi sa piling ni Gordon, ang lugar na naging safe space niya.

****

Pagpasok niya, andun nga. Isang sobre. Nakalagay sa ibabaw ng wooden desk, sa tapat ng bintana kung saan nakikita ang malawak na hardin. May pangalan niya sa harap, eleganteng sulat-kamay.

Gabriela

Parang kinuryente ang likod niya. Ang kanyang mga balahibo ay nagsitaasan. Ang kanyang puso, lalong bumibilis ang tibok, parang drum beat sa isang kanta ng pag-asa at pangamba.

Pinagpapawisan siya. Hindi pa man niya binubuksan, parang alam na ng puso niya kung anong laman. Parang may premonition na bumulong sa kanya.

"Ito na 'yon, Gabbi. Handa ka na ba?"

"Ayoko. Hindi pa. Mamaya na," sabi niya sa sarili, sabay iling. Nilapag niya ang sobre sa lamesa at lumabas ng library. Hindi siya handa. Hindi pa. Ang bigat ng sobre ay parang bigat ng kanyang nakaraan, at hindi pa niya kayang buhatin.

****

Sa gabing 'yon, hindi siya makatulog. Nasa kama lang siya, nakatitig sa kisame. Ang dilim sa kwarto ay parang dilim sa isip niya. Ang mga tanong ay nagsisimulang maglaro sa kanyang isip, parang mga bubuyog na lumilipad sa kanyang utak.

"Bakit hindi siya nagpaalam? Bakit parang... iniwan niya 'ko? Wait, wait—ano ba 'tong feeling na 'to? Masama ba? Malungkot ba? Or... relieved?" Ang bawat tanong ay parang tinik na tumutusok sa kanyang dibdib. Ang kanyang mga labi ay nakasimangot.

Napapikit siya. Pero hindi siya pinakawalan ng tanong. Lumalabas ang mukha ni Gordon sa kanyang isip, ang mga ngiti nito, ang matatalinong mata nito, ang pagiging misteryoso nito.

Sa panaginip niya, andun si Gordon. Nakatayo sa ilalim ng poste ng ilaw, naka-suit as always. Parang isang karakter sa pelikula, malungkot at malalim ang tingin. Pero hindi siya nagsasalita. Nakatingin lang, ang kanyang mga mata ay parang nagsasalita ng libong salita. Tila may gustong sabihin pero hindi niya masabi. Ang hangin ay humihihip sa kanyang buhok, nagbibigay ng drama sa eksena. Hanggang sa paatras itong lumayo... at tuluyang naglaho, parang ulap sa isang maaraw na araw.

****

Pagkagising niya, umaambon. At parang kaakibat ng ulan ang bigat sa dibdib niya. Ang kanyang mga mata ay bahagyang maga, tanda ng isang gabing puno ng pag-iisip. Tumayo siya, nag-inat, at dumiretso sa banyo para maghilamos. Tumingin siya sa salamin, at nakita niya ang isang Gabbi na may halo-halong emosyon.

Bumalik siya sa library. Ang sobre, nandun pa rin, parang naghihintay. Ang mga libro sa paligid, parang nagmamasid. Ang katahimikan sa loob ng library, mas matindi pa kaysa kahapon.

Tumitig siya sa sobre. Ang kanyang mga kamay, bahagyang nanginginig.

"Okay, Gabbi. This is it. Hinga lang. Hindi naman ito magic scroll na may curse, 'di ba? Hindi naman ito yung tipo ng sulat na kapag binasa mo, biglang magiging palaka ka. Sheesh, drama, Gabbi!" pilit niyang pinapakalma ang sarili, kahit na ang puso niya ay parang tumatalon sa kaba.

Binuksan niya. Ang sobre ay mayroong amoy ng lumang papel at bahagyang amoy ng pabango ni Sir Gordon.

Sa loob, may mahabang liham. Simple lang ang papel, walang dekorasyon, walang embellishment. Pero ang laman? Hindi niya inaasahan kahit sa wildest imagination niya. Ang kanyang mga mata ay lumaki sa bawat salitang binabasa niya.

———————————

Gabriela,

Kung binabasa mo na 'to, ibig sabihin ay umalis na ako. Pasensya na kung hindi ako nagpaalam. Ayoko na ng drama. Alam kong ayaw mo rin. At alam kong masyado kang matalino para sa paalam na puno ng luha at drama.

Ang totoo, hindi totoo ang deal natin. Ang pangako, ang obligasyon. Lahat ng 'yan, imbento ko lang. Para 'yon sa ikabubuti mo. Hindi ko gusto na manatili kang nakakulong sa nakaraan.

Wala kang utang. Wala kang obligasyon. Wala kang dapat bayaran. Ang tanging utang mo lang sa akin ay ang maging masaya ka.

Ginawa ko lang 'yon para mag-focus ka sa pag-aaral, para seryosohin mo ang sarili mo. Para hindi ka mawalan ng direksyon. At para malaman mo na may mas malaki pang mundo sa labas ng mansion na 'to.

At ginawa mo nga. Lumipad ka paangat—mas mataas pa sa inaasahan ko. Parang ibon na nilaya sa hawla, lumipad ka nang walang takot, walang pag-aalinlangan. Nakita ko ang pagbabago mo, Gabriela. Nakita ko ang ningning sa mga mata mo.

Ngayon, it's time for you to live your life the way you want. Hindi na ako hadlang. Hindi na ako ang pader na humaharang sa iyong paglipad. Lumipad ka nang malaya, walang hangganan.

May inilaan akong condo unit para sa inyo, pati isang bank account para sa inyo ng pamilya mo. Hindi mo na kailangan mag-alala sa pera. Ang tanging kailangan mo lang gawin ay sumaya, at abutin ang lahat ng pangarap mo. Hindi ko 'to ginawa para tumanaw kayo ng utang na loob. Gusto ko lang makita kang malaya, maligaya, at walang iniisip na problema. Para lang ito sa future mo.

Good luck, Gabriela. Ipinagmamalaki kita. Ang iyong tapang, ang iyong talino, ang iyong puso. Lahat ng 'yan, pinupuri ko.

Magpaalam man o hindi—nandito pa rin ako sa likod-bahay ng mga alaala mo. Parang anino na laging sumusunod, pero hindi nagpapakita. Pero tandaan mo, Gabriela, kahit saan ka man magpunta, ako ang unang nagtiwala sa'yo.

—Gordon

———————————————

Nalaglag ang kamay ni Gabbi. Napaupo siya, ang kanyang katawan ay parang biglang nawalan ng lakas. Tumulo ang luha niya—hindi dahil sa lungkot. O siguro konti rin. Kundi dahil sa dami ng emosyon na bumabalot sa kanya. Pagkabigla, pasasalamat, pagkalito, at isang kakaibang pakiramdam ng kalayaan.

"Sheeesh!" mahina niyang sabi, ang kanyang boses ay nanginginig. Ang mga luha ay patuloy na dumadaloy sa kanyang pisngi, pero may ngiti sa kanyang mga labi.

Biglang sumulpot si Joshua, may hawak na sandwich. Ang kanyang bibig ay punong-puno ng tuna.

"Ate! Ayos lang? Gusto mong kumagat dito? Tuna to, ha. Special recipe ko, with extra mayo, kaya masarap." Tumingin siya kay Gabbi, ang kanyang mga mata ay puno ng pag-aalala.

Tumingin si Gabbi sa kapatid, umiiyak pero natatawa.

"Hindi ko alam, Josh. Parang... gusto kong magalit, pero... gusto ko ring magpasalamat. Ang gulo! Ang daming feels, parang rollercoaster na biglang bumaba."

"Sa sandwich o kay Tito Gordon?" tanong ni Joshua, sabay kagat ulit sa sandwich niya.

"Pareho na rin. Sheesh. Ang galing niyang magpaalam, di ba? Wala man lang drama, wala man lang hagulgulan. Diretso lang. Tapos may pa-condo unit pa, at bank account. Ay, Mr. de

Guzman, ikaw na talaga ang ultimate boss!" bulong ni Gabbi, sabay iling-iling.

****

Tumayo siya, hawak pa rin ang sulat. Ang kanyang mga mata ay nakatingin sa bintana, sa labas kung saan patuloy ang pagambon. Pero ngayon, hindi na mabigat ang pakiramdam niya.

"Sige. Kung tapos na ang kabanata ko sa mansion na 'to... edi umpisa naman ng bago. Isang bagong pahina, isang bagong simula. Walang utang na loob, walang obligasyon. Go lang, Gabriela."

At habang binabagtas niya ang hallway pabalik sa kwarto, mahigpit niyang hawak ang liham. Hindi lang ito isang simpleng sulat. Ito na nga siguro ang tunay na graduation niya—hindi lang sa kolehiyo, kundi sa pagkakakulong sa nakaraan.

Ito na ang simula ng kanyang pagiging malaya, at handa siyang lumipad.

Episode 42

Ang Bagong Simula

"Ready na kayo?" sigaw ni Gabbi mula sa sala, habang naggugupit ng packaging tape gamit ang ngipin. Ang kanyang buhok ay may ilang piraso ng tape na nakadikit, halatang nagmamadali. Ang mga mata niya, masaya at punong-puno ng excitement, parang bata na nakakita ng bagong laruan.

"Wait lang! Saan ko ba isusuksok 'tong rice cooker? Kailangan ito, Gabbi, hindi pwedeng mawala ang kanin sa buhay ng Pinoy, ano ba yan!" tanong ni Mommy Adela, may dalang kahon na may malaking label: "Kusina Essentials + Banana Ketchup." Ang noo niya, may kunot, halatang nag-iisip kung paano ipagkasya ang lahat ng gamit nila sa loob ng trak.

Si Joshua, bitbit ang mga PS5 accessories na parang sila pa ang first-class citizens ng bahay. Naka-earphones pa, halatang naglalaro ng mobile game habang naglilipat. Ang porma niya, parang hindi naglilipat, kundi nagmo-model ng gamer outfit.

"Ate, may internet ba dun agad? Please, tell me may internet na dun agad. Hindi ako mabubuhay nang walang WiFi, Ate, alam mo yan! Baka ma-withdraw ko lahat ng data ko, tapos wala akong pambili ng kape!" reklamo ni Joshua, na halos maiyak na sa posibilidad na walang internet.

"Joshua. Priorities naman, please lang," sabat ni Daddy habang kinukumpuni ang isang electric fan na mukhang galing pa sa panahon ng cassette tape. Ang kanyang mukha ay pawis na pawis, pero may ngiti sa labi.

* * * * * * * * * * *

Nasa labas ang trak ng lipat-bahay, punô ng kahon, plants, at memories. Ang mga naglilipat, abala sa pagbuhat ng mga gamit. Ang araw, mainit, pero ang simoy ng hangin ay may dalang pag-asa. Pero sa likod ng pagod, nandun ang saya. Yung tipong pagod na masarap, kasi may pupuntahang bago. Yung tipong pagod na may halong ginhawa, parang bagong ligo pagkatapos ng isang mahabang araw.

****

Pagdating nila sa bagong condo, parang eksena sa teleserye—yung tipong may background music na acoustic version ng OPM classic. Ang pagbukas ng pinto, parang pagbukas ng bagong kabanata ng buhay.

Simple lang ang unit. Fresh paint, white tiles, malaking bintana. Walang chandelier. Walang fountain. Walang mamahaling dekorasyon. Pero ito? Bahay nila. Hindi inuupahan. Hindi utang. Sa kanila. Ang bawat sulok, parang may kuwento ng pag-asa.

"Grabe. May sariling CR na 'ko," bulalas ni Joshua, halatang iniisip na pwede na siyang mag-vlog ng walang istorbo. Ang kanyang boses, puno ng galak, parang nanalo sa lotto.

"Ang daming outlets! Pwede akong mag-charging spree! Pwede na akong mag-power up ng lahat ng gadgets ko nang sabay-sabay, walang problema!" dagdag pa niya, para bang nanalo ng lifetime supply ng kuryente. Ang kanyang mga mata, nagniningning sa tuwa.

Si Mommy, umiikot, hawak ang maliit na plantita habang inaamoy ang hangin. Ang kanyang mukha, payapa. "Walang amoy bleach. Walang amoy drama. Ang sarap sa ilong, Gabbi. Ang presko ng hangin, parang bagong laba na kumot."

Si Daddy naman, tahimik lang, pero halata ang ngiti. Kumakaway pa sa mga kapitbahay mula sa pinto. Ang kanyang mga mata, lumilinga-linga sa paligid, sinisigurado na ligtas sila sa bagong lugar.

Si Gabbi? Nakatayo sa gitna ng sala. Tahimik. Pero sa loob niya, parang may pader na matagal nang nakaharang... unti-unting natitibag. Ang bigat na matagal niyang dinala, dahan-dahang nawawala. Ang bawat crack sa pader, isang bagong hininga ng kalayaan.

****

Kinabukasan, bumalik si Gabbi sa mansion. Mag-isa. Naka-simpleng t-shirt at jeans, hawak ang susi ni Mr. de Guzman.

Pumasok siya gamit ang susi na iniwan sa kanya. Tahimik ang buong bahay—mas tahimik pa kaysa nung nawala siya. Ang bawat silid, tila bumubulong ng mga alaala. Wala na ang mga painting sa dingding. Wala na ang mabigat na presensya ni Gordon. Ang mansion, parang isang malaking, tahimik na museum.

Naglakad siya papunta sa library. Doon siya tumigil. Ang mga libro sa istante, parang nagmamasid sa kanya.

Tiningnan niya ang lumang upuan ni Mr. de Guzman, ang lugar kung saan siya unang tinawag ng lalaking 'yon bilang "Gabriela." Ang lugar kung saan nagsimula ang lahat.

"Parang multo ka lang," bulong niya, ang kanyang boses ay tila isang hangin na dumadaan. *"Umakto kang kontrabida, pero totoo pala... ikaw ang nagtulak sa'kin para maniwala sa sarili ko. Ikaw ang naging katalista para mag-grow ako. Walang kasing-astig ng paalam mo, Sir Gordon."*

Hinaplos niya ang mesa. Iniikot ang mata. Then, she smiled. Ang kanyang ngiti, malalim at puno ng pag-unawa.

"Akala ko babae lang ako sa isang kontrata... 'yon pala, ako lang ang hindi naniniwala sa sarili ko. Ako lang pala ang nagkukulong sa sarili kong potensyal."

Lumabas siya, marahang sinara ang pinto. Hindi na siya lilingon. Wala na siyang dapat balikan. Ang mansion, isang chapter na natapos.

* * * * * * * * * * *

Sa gabi, nagsalo ang pamilya sa unang hapunan nila sa bagong condo. Fried chicken. Kanin. At syempre, banana ketchup. Simple lang ang pagkain, pero masarap dahil sa sama-samang tawanan at kuwentuhan.

"Okay, guys," sabi ni Gabbi, hawak ang plastik na baso. "I know hindi ito fancy mansion dinner. Walang chandelier, walang steak, pero—cheers! Para sa bagong buhay! Para sa kalayaan! Para sa atin!"

"Cheers!" sabay-sabay nilang sigaw, halos magkabanggaan pa ang mga baso. Ang bawat tunog ng baso, parang tunog ng bagong simula.

"Gabbi," bulong ni Mommy, ang kanyang mga mata ay puno ng luha ng pasasalamat. "Thank you, anak. Hindi lang dahil nailigtas mo tayo... kundi dahil binigyan mo kami ng pag-asa. Binigyan mo kami ng bagong pananaw sa buhay. Ikaw ang aming super heroine."

Napangiti si Gabbi, hawak pa rin ang plastic fork. *"Nakakaweird, no? Parang dati, feeling ko nakakulong ako sa golden cage. Lahat ng desisyon ko, based sa kung ano ang gusto niya. Tapos ngayon... hawak ko na 'yung susi. Ako na ang may hawak ng sarili kong kapalaran."*

Si Joshua, habang naglalagay ng ketchup sa chicken, tumingin sa kanya. Ang kanyang mukha, seryoso na ngayon. "Wala ka nang utang, Ate. Wala ka na ring dahilan para hindi sumaya. Free ka na, Gabbi. Go for it! Abutin mo lahat ng pangarap mo!"

"Amen to that!" sabat ni Daddy, habang kumakain ng chicken drumstick na parang may kasamang tagumpay. Ang kanyang ngiti, abot-tenga.

* * * * * * * * * * *

Gabbi walks along the busy streets of Makati, hawak ang tote bag, suot ang simpleng damit. Walang entourage, walang sasakyang pang-mayaman. Ang araw, sumisikat sa likod niya, nagbibigay ng ningning sa kanyang paglalakad.

Pero mataas ang tingin. Tuwid ang likod. Confident ang lakad. Nasa wrist pa rin niya ang gold bracelet.

Pero ngayon, hindi na ito tanikala.

Hindi na paalala ng isang kasunduan.

Isa na lang itong memorya—ng kung paanong ginamit ng isang lalaki ang pananakot para siya'y itulak pataas... pero hindi kailanman pinilit siyang bumaba. Hindi na ito simbolo ng utang, kundi simbolo ng tapang at paglaya.

At sa bawat hakbang niya, dala niya ang panibagong simula. Ang bagong Gabriela.

Isa na siyang babaeng malaya.

Walang utang.

Walang takot.

Handa nang harapin ang mundo.

Ready for her next adventure.

Episode 43

Ang Muling Pagkikita

Isang maaliwalas na umaga sa business district ng Ortigas. Makikita ang sunod-sunod na sasakyan, mga taong nagmamadali sa sidewalk, bitbit ang kape at laptop bag. Ang bawat isa ay tila may sariling pelikula sa isip, may sariling deadline na hinahabol. Ang ingay ng trapiko ay parang symphony ng lungsod na hindi natutulog.

Sa loob ng isang mataas at modernong building, nasa ika-17 palapag, tahimik ngunit produktibo ang opisina ng R&N Strategic Accounting Partners. Ang tunog lang ng keyboard clicks at mahihinang pag-uusap ang maririnig, hudyat ng dedikasyon at kahusayan.

At doon, sa corner office na may floor-to-ceiling windows na nagbibigay ng panoramic view ng Metro Manila, ang office ni Gabbi —Chief Controller at isa sa pinakabatang partners ng firm. Kasalukuyan siyang naglalakad papunta sa office habang kausap ang kanyang secretary na si Janelle. Ang kanyang lakad ay may kumpiyansa, ang kanyang damit ay corporate chic, at ang kanyang ngiti ay handa sa anumang hamon ng araw.

"Next client?" tanong niya kay Janelle, habang inaayos ang sleeves ng kanyang blazer. Ang kanyang mga mata ay alerto, handa sa susunod na agenda.

"Yup. 10 a.m. appointment. May pangalan ka nang pwedeng i-Google," biro ni Janelle, na sinasalubong ang kanyang boss ng isang nakangiting mukha. Ang bawat galaw ni Janelle ay efficient, sanay na sa bilis ng trabaho ni Gabbi.

"Sinong client ulit?" tanong ni Gabbi habang pinipirmahan ang isang document habang naglalakad. Ang kanyang pensmanship ay elegant at mabilis.

"G-DG Holdings. Bagong acquisition. Global operations. Yung rep nila, papunta na raw," sagot ni Janelle, habang chinecheck ang kanyang tablet. Ang pangalan ng kumpanya ay tila nagpakislap sa mata ni Janelle.

"Huh. Parang familiar 'yang initials. Parang name ng villain sa Korean drama, 'di ba? Yung tipong biglang lalabas sa madilim na sulok at magsasabing, 'You owe me!' Haaiisst, arte!" natatawang sagot ni Gabbi, sabay iling. May halong nostalgia at amusement sa kanyang boses.

"Okay, Janelle, I'll be right there in a minute. Just prepare everything so things will go on smoothly. Gusto ko perfect 'yung presentation, walang sablay," utos ni Gabbi, ang tono ay seryoso na ngayon.

"Yes, Boss, right away!" sagot ni Janelle, sabay saludo. Naging mabilis itong kumilos, handa na sa pagdating ng "villain" client.

****

Pagkatapos ng call ay mabilis na tinawagan ni Gabbi si Joshua. Kailangan niyang siguraduhin na maayos ang lahat sa bahay. Ang kanyang pamilya, ang kanyang anchor.

"Josh, huwag niyong kalimutang painumin si Daddy ha? Alam mo naman, minsan nakakalimutan niya. And please double-check mo 'yung grocery list, baka mamaya puro chichirya na naman binili mo! Baka mag-revolt ang gulay sa ref, baka magalit si Mommy!"

Sa kabilang linya, dinig ang pa-cute na reklamo ni Joshua. "Ate naman! Nakakatanda ka talaga. Grabe ka, parang nanay! Oo na, oo na, promise. May gulay na. May broccoli pa! Pwede na bang mag-goodbye? Excited na 'ko sa game ko, eh!" Ang kanyang boses, puno ng pagrereklamo pero may halong lambing.

Napatawa si Gabbi. "Fine. Bye, twerp. Mag-ingat ka, ha. Wala kang gagawing kalokohan."

****

Pagpasok niya sa lobby ng building, dere-derecho siya sa elevator, ang kanyang paglalakad ay confident at purposeful. Bigla siyang sinundan ng receptionist, na halos habulin siya.

"Ma'am Gabbi, wait po! Ma'am Janelle said may urgent meeting ka na daw with a VIP client. Pinapunta kayo sa conference room agad-agad. Mukhang importanteng-importante, Ma'am!" sabi ng receptionist, hingal na hingal.

Medyo naguluhan siya pero tumango.

"Okay. Sino 'yung client? Para naman akong ipinapunta sa blind date, confidential pa. Haaiisst."

"Confidential daw po, Ma'am. Strictly confidential. Basta importante daw po," sagot ng receptionist, halatang hindi rin alam ang detalye.

"Uy, may pa-misteryoso effect. Sige, thank you," sabi ni Gabbi, sabay ngiti.

Naglakad siya papunta sa conference room, ang isip ay nagtataka kung sino ang VIP na ito na puno ng misteryo.

* * * * * * * * * * *

Sa conference room, sinilip niya ang glass door. Wala pang tao. Ang silid ay malinis, organisado, at handa para sa isang mahalagang pagpupulong. Inayos niya ang coat at siniguradong maayos ang buhok sa reflection ng TV screen. First impressions are everything, kahit partner na siya. Malaki ang pinagdaanan niya para marating ang posisyon na ito.

Pagpasok niya, naupo siya sa dulo ng mesa, binuksan ang laptop, at sinimulang ayusin ang reports. Ang kanyang mga daliri ay mabilis na gumagalaw sa keyboard. Maya-maya'y may pumasok na lalaki, kasunod ang isa pang associate.

"Good morning. Thank you po for coming," bati ng associate, ang kanyang boses ay magalang.

Hindi tumitingin si Gabbi, nakatuon pa rin ang atensyon sa laptop. "We're just waiting for one more—"

Napatigil siya. Napalingon. Ang kanyang mga mata ay nanlaki. Ang kanyang hininga ay tila tumigil.

Tumigil din sa paglakad ang bagong dating. Ang kanyang mga mata ay nakatitig din kay Gabbi.

Siya.

Si Gordon, aka, Mr. de Guzman.

Nakatayo sa gitna ng opisina, nakasuot ng grey tailored suit, hawak ang isang slim black folder. May kaunting uban na sa gilid ng buhok niya, pero mukhang mas malusog at mas relaxed kaysa noon.

Napatayo si Gabbi. Halos mabitawan ang tablet na hawak. Ang puso niya, bumibilis ang tibok, parang tambol na walang tigil. Ang mga alaala, biglang bumalik. Ang mansion. Ang liham. Ang paalam.

"Gabriela?" bulong ni Gordon, ang kanyang boses ay may halong pagkabigla at paghanga. Ang kanyang mga mata, seryoso ngunit may bahid ng kilig.

"Mr. de Guzman?" bulong ni Gabbi, hindi makapaniwala. Ang kanyang mga labi, bahagyang nakabukas.

****

Tahimik ang buong silid. Walang gumagalaw. Ang associate at ang kasama ni Gordon ay nakatayo lang, hindi alam ang gagawin. Ang oras ay tila huminto.

Magkatinginan silang dalawa, para bang binura ng panahon ang lahat ng taong nasa paligid nila. Walang ingay, walang galaw. Mga taon ng katahimikan, ng tanong, ng 'paano kung'—lahat bumalik sa isang iglap. Ang kanilang mga mata ay nag-uusap ng libong salita, puno ng nakaraang hindi nagkaroon ng closure.

At pareho nilang alam: walang may ideya.

Walang nag-akala.

Walang handa.

Para silang dalawang bituin na biglang nagbanggaan sa kalawakan, matapos ang mahabang paghihiwalay. Ang kanilang muling pagkikita, isang destiny na hindi nila inaasahan.

Episode 44

Yung Compose Ka Pero Ninenerbiyos

Gabbi takes a silent breath as she slowly settles back into her seat. Ramdam pa rin niya ang kabog ng dibdib niya—parang may drumline sa ribcage niya na ayaw tumigil. Ang mga palad niya, basa sa pawis. Ang kanyang utak, naghahabol pa rin sa biglaang pagkikita nila. Hindi niya maintindihan kung ano ang mas nangingibabaw: ang shock o ang kaba.

Opposite her, Gordon de Guzman clears his throat. Ang tunog, parang isang maliit na thunderclap sa sobrang tahimik na silid. His posture is straight, almost militaristic, pero may tension sa balikat niya na parang gusto niyang sumingit sa ilalim ng mesa. Ang kanyang mga mata, nakatitig sa kung saan, ayaw yatang salubungin ang mga mata ni Gabbi. Ang kanyang panga, bahagyang nakakuyom.

The junior associate, si Mr. Ramos, oblivious to the silent earthquake between the two, proceeds as if walang nangyari. Ang kanyang ngiti, malapad at puno ng enerhiya, parang hindi niya napansin ang awkward silence na bumabalot sa hangin. "Sir Gordon, welcome to R&N Strategic Accounting Partners! It's a pleasure to have you here. We've prepared the initial audit reports based on your company's expansion records for the last fiscal year. Ma'am Gabbi will walk you through the details." Ang kanyang boses, sobrang energetic, parang announcer sa isang game show.

* * * * * * * * * * *

Gabbi forces a professional smile. Ang kanyang mukha, parang plaster of Paris, hindi niya maintindihan kung paano pa rin niya nagagawang ngumiti. "Yes. Sige, let's start with the top-line analysis. Mr. Ramos, kindly display the first slide, please," she says, trying to keep her voice calm and level, pero 'yung kamay niya, medyo nanginginig pa rin habang kiniklik ang PowerPoint presentation sa tablet niya. Ang kanyang daliri, halos mag-miss sa target na icon.

Gordon gives a small nod, eyes fixed on the screen. Hindi siya makatingin kay Gabbi. Ang kanyang tingin, nakatuon sa projection, pero alam ni Gabbi na kahit anong gawin niya, ramdam pa rin ni Gordon ang presensya niya. Ramdam niya rin ang bigat ng tingin ni Gordon, kahit hindi ito direktang nakatingin sa kanya.

"Sir, as you can see here... consistent naman ang growth niyo sa Q2, which is commendable given the market volatility. But we noticed a sharp increase in overseas remittances sa Q3. Were there any new assets or acquisitions abroad that might explain this sudden surge?" Gabbi asks, ang kanyang boses ay naging mas professional na ngayon, nagtatago sa likod ng mga numero at data.

"Ah, yes. May konting restructuring lang sa US operations. Nothing major, just reallocating funds to better optimize our global portfolio," Gordon replies, ang kanyang boses ay low, halos parang hindi niya gustong marinig ng kahit sino. Ang kanyang mga salita ay maikli, direkta, at walang emosyon. Para siyang isang robot na sumasagot sa mga tanong.

* * * * * * * * * * *

Gabbi pauses. Kahit ayaw aminin, may kirot. This is the first real conversation they've had in years, and it's about... cash flow. Dati, ang usapan nila ay tungkol sa future niya, sa pangarap niya. Ngayon, cold hard facts. Ang awkwardness, parang isang malaking elepante na nakatayo sa gitna ng conference room.

"Sige po. Duly noted. Moving forward, I'd recommend we explore options for tax optimization sa international transactions niyo, para mas maging efficient ang flow of funds niyo. Para hindi sayang ang bawat centavo, Sir."

Biglang tumigil si Gabbi. Natapunan siya ng kape sa kamay. Muntik pa niyang maibuhos sa laptop. Ang mainit na likido, kumalat sa balat niya. "Oh my gosh—aray!" tumayo agad si Gabbi at kinuha ang tissue na nasa tabi niya. "Sorry, sorry. Clumsy! Sheesh, Gabbi, ano ba 'yan!" bulong niya sa sarili. Ang kanyang mga kamay, bahagyang nanginginig pa rin.

Agad siyang inalalayan ng associate. "Ma'am Gabbi, okay lang po kayo? May first aid kit po tayo dito, gusto niyo po ba?" alok ni Mr. Ramos, ang kanyang boses ay puno ng pag-aalala. Pero si Gordon? Nanatili itong nakaupo, hawak lang ang ballpen sa pagitan ng daliri niya, parang sinasakal niya ito nang dahan-dahan. Ang kanyang mga mata, nanatiling nakatingin sa harap, parang wala siyang nakikita.

Gabbi notices. Pero wala siyang sinasabi. Isang pait na ngiti ang sumilay sa kanyang labi. Ang dating Gordon, na mabilis na reresponde, nagbago na.

After the brief mess is cleared, they return to the presentation. Professional. Polite. Pero malinaw—may wall. Isang invisible wall na naghihiwalay sa kanila. Ang mga salita, nagiging pormal, ang mga tingin, umiiwas. Ang kilig, napalitan ng awkwardness.

****

After the meeting, the associate excuses himself para kunin ang NDA papers. Naiwan silang dalawa sa conference room. Ang tahimik sa silid, ngayon ay mas matindi pa kaysa kanina. Ang bawat tik-tak ng orasan, naririnig.

Tahimik.

Pinipilit ni Gabbi ang sarili na huwag tumingin. Pero she can't help it. Ang kanyang mga mata, kusa na lang na lumilipat sa direksyon ni Gordon. Nakikita niya ang bahagyang kulubot sa dulo ng mata nito, ang maputing buhok na sumisikat sa gilid ng kanyang ulo. He aged. Pero mas gumuwapo. Haaiisst.

"Kumusta ka na?" tanong niya, finally breaking the silence. Ang kanyang boses, bahagyang nanginginig. Ang tanong, simpleng-simple, pero puno ng taon ng hindi pag-uusap.

Gordon stiffens. Pero hindi siya tumingin. Nakatingin lang siya sa labas ng bintana, sa bustling city life.

“Mabuti,” sagot niya, mabilis, parang quiz bee. Isang salita. Walang dagdag. Walang detalye.

Gabbi breathes in. Ang hangin sa silid, parang naging mabigat. “Hindi ko alam na client ka namin. I swear. I was just as shocked. Hindi ko in-expect na bigla na lang tayo magtatagpo ulit, lalo na sa ganitong setting.”

This time, tumingin si Gordon. Sandali lang. Isang segundo. Pero sapat na iyon para makita ni Gabbi ang matagal nang hindi niya nakikita—yung luma at tahimik na lungkot sa mga mata nito. Ang lungkot na pilit niyang tinatago. Ang lungkot na nagpapakita na hindi rin madali para sa kanya ang lahat.

“Wala kang kailangang ipaliwanag.” Ang kanyang boses, kalmado, pero may halong hinanakit.

“Hindi, kailangan ko. Kasi pakiramdam ko, I owe you so much. Hindi lang ‘yung sa deal natin, kundi sa lahat ng itinuro mo sa akin. Sa lahat ng pagbabago na nangyari sa buhay ko dahil sa’yo.”

Napatingin si Gordon. Direktang nakatingin sa mga mata ni Gabbi. Ang kanyang mga mata, ngayon ay puno ng pagka-disappoint.

****

“I owe you—”

“Wala kang utang,” putol ni Gordon. Mahina ang boses, pero matatag. Ang bawat salita ay may bigat, parang bato na inihulog sa tubig. “Matagal na ‘kong nakaalis sa usapan natin, Gabbi. Kalimutan na natin ‘yun.”

Gabbi looks at him, a mix of hurt and confusion in her eyes.

Gordon stands. Hindi siya tumitingin kay Gabbi. Pinulot niya lang ang folder at lumakad papunta sa pinto. Ang kanyang likod, diretso, parang ayaw niyang ipakita ang anumang emosyon. Ang bawat hakbang niya, may layo.

Bago umalis si Gordon, nagsalita muli si Gabbi.

“Gordon?”

“Yes?” Humarap si Gordon, ang kanyang kamay ay nasa doorknob.

“Yung kasunduan...why didn’t you push through with it?” Ang tanong ay nagmula sa genuine curiosity, hindi accusation.

Tumalikod si Gordon, nakatingin sa bintana. Ang overhead light ay nagbibigay ng ethereal na glow sa kanyang profile.

“Perhaps I’ve realized that some agreements are better left unfulfilled.”

“Pero... bakit?” Tumayo si Gabbi, lumapit ng konti kay Mr. de Guzman.

“Because forcing someone to be with you is not love, Gabriela. It’s possession. And I don’t want to possess you. I want...” Huminto si Mr. de Guzman, parang naghahanap ng tamang salita.

“Ano?” Ang boses ni Gabbi ay halos pabulong.

“Nothing. Forget I said anything. Good day, Gabriela.”

At iniwan niyang nakatayo si Gabbi sa gitna ng silid, hawak pa rin ang tissue, staring at the door that slowly swings shut behind him. Ang kanyang puso, punong-puno ng mga tanong. Ang kanyang isip, naguguluhan. Ang muling pagkikita, mas masakit pa kaysa sa paalam. Pero alam niya, this is not the end.

Episode 45

Truth Or Dare?

One day, right after one of their meetings, nakaupo sa lounge si Gabbi habang nag-iisip ng malalim. Ang conference room, kalalabas lang nila, at ang amoy ng kape at bagong print na papel ay nananatili sa hangin. Pero ang isip ni Gabbi, mas malalim pa sa mga aroma. Ang kanyang mga mata, nakatingin sa labas ng bintana, sa nagmamadaling mundo ng Ortigas, pero wala siyang nakikita. Tila naghahanap siya ng sagot sa kalawakan.

Nagulat na lamang siya nang lumapit si Gordon at umupo sa tabi niya. Ang kanyang presence, bigla at tahimik, parang isang anino na sumulpot mula sa dilim. Ang bahagyang ingay ng tela ng kanyang suit habang umuupo, ang tanging tunog na bumabasag sa kanyang pagmumuni-muni.

"Penny for your thoughts?" tanong ni Gordon, ang kanyang boses ay kalmado, halos bumubulong. May bahid ng pamilyaridad sa tono niya na biglang nagpakaba kay Gabbi.

Napatingin si Gabbi sa kanya. Ang kanyang mga mata, nanlaki nang bahagya.

"Just... thinking about everything. About Daddy, about you, about... us." Ang salitang "us" ay lumabas nang bahong at puno ng hesitation.

"Us?" May hint ng surprise sa boses ni Gordon, pero ang kanyang mga mata ay nanatiling seryoso. Tila ina-analyze niya ang bawat salita na lumalabas sa bibig ni Gabbi.

"Yung agreement natin. Yung kasunduan na ginawa natin years ago na ang nakalipas. Yung parang kaligayahan ko, may price tag."

Hinawakan ni Gabbi ang gold bracelet sa kanyang pulso, ang metal ay cool sa kanyang balat. Parang isang kadena na pilit niyang inaalis.

Tumango si Gordon.

"Ah, that."

Isang simple at mabilis na tugon, pero ramdam ni Gabbi ang bigat ng mga salitang iyon.

"Gordon, I need to know. Bakit hindi mo ipinapatupad? Bakit ang bait mo sa pamilya ko? Bakit mo kami tinulungan sa lahat ng aspeto? Ano ba talaga ang gusto mo? May hidden agenda ka pa rin ba? Tell me, please!"

Ang mga tanong ay direct, walang paligoy-ligoy, lumalabas nang mabilis, parang bala na binaril mula sa isang baril. Ang kanyang mga mata, nakatitig nang diretso kay Gordon, naghahanap ng katotohanan.

****

Huminga ng malalim si Gordon bago sumagot, parang nag-iisip kung paano i-articulate ang kanyang thoughts. Ang kanyang mga mata, lumilinga-linga sa paligid, tila naghahanap ng tamang salita.

"When I made that proposal to you, all I wanted was to save you from destroying yourself. You were lonely, bitter and disillusioned. Nakita ko ang sarili ko sa'yo noon, Gabriela. Lost and afraid."

"You mean...?" Curious si Gabbi sa transformation na ito. Hindi niya inaasahan ang ganitong klaseng sagot mula kay Gordon, ang taong kinatatakutan niya sa mahabang panahon.

"The agreement...our deal? *(Sigh!)* No, Gabriela, I have no intention of carrying out the deal. That was just my leverage for you to...change. Para magising ka. Para makita mo ang sarili mo sa ibang liwanag. That's also the reason why I was hard on you... so that you would not see through me. Ayoko makita mo na nagmamalasakit ako sa'yo. Baka ma-misinterpret mo."

Ang boses ni Gordon, puno ng emotion na pilit niyang kinukubli.

Natigilan si Gabbi. Hindi niya inexpect ang ganitong sagot mula kay Gordon. Sa loob ng maraming taon, inisip niya siya bilang isang cold, calculating businessman. Isang robot na walang puso. Pero ngayon, nakikita niya ang isang tao na capable pala ng genuine emotions, ng pagmamalasakit. Isang lalaking may puso.

"So... wala yung agreement natin? As in, wala na, as in, never nag-exist?" Ang tanong ay hopeful pero may hint din ng confusion. Parang ayaw niyang maniwala, pero umaasa siyang totoo ang kanyang narinig.

"Yes, it's over. It was never there in the first place. You are free, Gabriela. Mas malaya ka pa ngayon kaysa dati. You can fly, literally," Gordon confirms, ang kanyang mga mata ay diretsong nakatingin sa mga mata ni Gabbi. May bahid ng kalungkutan at pag-asa sa kanyang tingin.

"Pero... why have you been good to me...to us? You did more than what we could wish for. Sobra-sobra! Hindi lang pinag-aral, binigyan pa kami ng bahay at pera. And then you set us free, without any holds or obligations. Why, Gordon? Bakit?" Ang mga tanong ni Gabbi, sunud-sunod, parang waterfalls ng mga emosyon.

"Because in the end, I genuinely cared about you, Gabriela. Not as a possession, but as a person. Bilang isang tao na nakita ko ang potensyal. At kung caring about someone means letting them go, then so be it. Masaya akong makita kang malaya, matagumpay, at masaya," Gordon admits, ang kanyang mga mata ay puno ng emotion na hindi niya ma-hide. Ang kanyang boses, bahagyang nanginginig. Ang hangin, biglang naging mabigat sa pagitan nilang dalawa.

Hindi alam ni Gabbi kung paano reaksyunan ang mga salitang ito. Sa loob ng maraming taon, inisip niya si Gordon bilang kalaban, bilang threat sa kanyang freedom. Bilang isang halimaw na kumain sa kanyang kaligayahan. Pero ngayon, nakikita niya siya sa ibang liwanag—isang lalaking may puso, isang lalaking capable pala ng selfless love.

Isang lalaking nagsakripisyo para sa kanya. Aiiieee! Ang puso ni Gabbi, biglang naging kilig.

* * * * * * * * * *

"I'm confused. Maraming taon kitang kinakatakutan, iniiwasan, pinaplano kung paano tatakasan. Tapos ngayon, sinasabi mong free na ako. That there was no agreement after all? Bakit pakiramdam ko, I'm still obligated to that agreement? Bakit ang bigat pa rin sa loob ko?" Ang confusion ni Gabbi ay evident sa kanyang boses at expression. Ang kanyang noo, may kunot. Ang kanyang mga mata, naguguluhan.

Lumapit si Gordon kay Gabbi, dahan-dahang hinawakan ang kanyang kamay. Ang touch ay gentle, asking for permission rather than assuming. Ang init ng kanyang palad, kumalat sa balat ni Gabbi, nagpadala ng kuryente sa kanyang katawan.

"Maybe because freedom isn't just about being able to leave. Sometimes, it's about being able to choose what you really want. Ang tunay na kalayaan, nasa puso mo. Nasa pagtanggap mo sa kung sino ka at kung ano ang gusto mo."

Tumingin si Gabbi sa mga mata ni Gordon, at sa unang pagkakataon, nakita niya ang tunay na lalaki sa likod ng power at pera—isang lalaking lonely, vulnerable, at naghahanap din ng connection. Isang lalaking, tulad niya, naghahanap lang ng genuine happiness. Ang kanyang mga mata, puno ng kalungkutan, pero may kislap ng pag-asa.

"I need time, Gordon. To figure out what I really want."

Honest na admission ni Gabbi, ang kanyang boses ay mahina.

"I don't know kung naaawa lang ako sa iyo or what. It's hard for me, pagkatapos ng maraming taon na natakot ako sa iyo. Bigla na lang, ganito. Bigla na lang, may feelings. Sheesh! Ang gulo mo, Gordon! Ginulo mo ang buhay ko!"

Ang kanyang mga salita ay may halong frustration at isang kakaibang lambing. Ang kanyang mga mata, hindi na nakatingin sa labas, kundi sa mga mata ni Gordon, naghahanap ng sagot na hindi niya pa nakikita. Ang kilig ay sumayaw sa pagitan nilang dalawa, isang hindi inaasahang symphony ng damdamin.

Episode 46

Itutuloy Ba O Stop Na

Habang nagtatrabaho si Gabbi sa kanyang office, naka-tanggap siya ng text mula sa isang unknown number. Ang kanyang phone ay nag-light up sa desk, breaking ang kanyang concentration sa presentation na ginagawa niya. Ang kanyang daliri, huminto sa pag-type. Ang kanyang kilay, bahagyang kumunot. Sino naman kaya 'to?

Pagkabukas niya, nabasa niya ang pangalan ng sender:

Gordon

Ang kanyang hininga, tila tumigil. Ang mga salita, parang biglang lumaki at nag-flash sa screen ng kanyang phone:

"Dinner tonight? Just the two of us. There's something I need to tell you."

Kinabahan si Gabbi. Ang kanyang puso, biglang naging tambol. Ano kaya ang gusto sabihin ni Gordon? Ito na ba ang araw na ipapatupad pa rin niya ang kasunduan nila? O baka naman ito na ang araw na officially niyang i-release si Gabbi mula sa agreement nila? Ang kanyang heart rate ay bumilis, at naramdaman niya ang slight trembling ng kanyang mga kamay. Parang may kakaibang kaba na bumabalot sa kanya. Hindi niya maintindihan kung kilig ba o takot.

"Sure. What time?" reply niya, trying to sound casual, kahit na ang kanyang mga daliri ay nanginginig habang nagta-type.

"7 PM. I'll pick you up from work." Ang reply ay quick at direct, walang paligoy-ligoy. Parang walang ibang pwedeng mangyari.

****

Buong araw, hindi makapag-concentrate si Gabbi sa kanyang trabaho. Paikot-ikot sa isip niya ang posibleng sasabihin ni Gordon. Ang kanyang colleagues ay napansin ang distraction niya, pero hindi sila nagtanong. Si Janelle, ang kanyang secretary, ay napansin ang kanyang pagiging tulala, pero hindi niya pinansin. Ang kanyang utak, parang Ferris wheel na umiikot, hindi mapakali. Ang mga reports, tila lumalabo sa kanyang paningin.

****

Pagdating ng 7 PM, nasa labas nga ng building si Gordon, naghihintay sa kanyang sleek black car. Naka-casual attire siya ngayon—dark jeans, button-up shirt, at leather jacket. Iba sa usual niyang business suit, pero equally attractive, kung hindi man mas lalo. Ang kanyang porma, parang artista na lumabas sa isang pelikula.

"Hi," bati ni Gabbi, habang papasok sa passenger seat. Suot niya ang kanyang office attire—pencil skirt, blouse, at low heels. Ang kanyang mukha, bahagyang namumula sa kaba.

"Hello, Gabriela. You look beautiful today." Ang compliment ay sincere, walang hint ng objectification. Ang kanyang mga mata, nakangiti.

"Thanks." Napansin ni Gabbi na hindi sila papunta sa direction ng mansion. "Saan tayo pupunta? Hindi naman ito ang daan papunta sa bahay mo, ah. May detour ba tayo?"

"There's a new restaurant I want to try. I heard the view is spectacular. Perfect for a special night like this," Gordon says, ang smile niya ay excited, parang genuinely looking forward to the evening. Ang kanyang mga mata, kuminang sa tuwa.

****

Dumating sila sa isang high-end restaurant sa rooftop ng isang skyscraper. Ang hangin, malamig at presko. Tama nga si Gordon—breathtaking ang view ng city lights mula sa kanilang table. Ang restaurant ay elegant pero hindi intimidating, ang atmosphere ay romantic pero hindi overwhelming. Ang bawat ilaw ng lungsod, parang bituin na bumaba sa lupa.

Matapos umorder, nagsimulang mag-usap sina Gabbi at Gordon tungkol sa trabaho, sa pamilya, at sa iba pang light topics. Ang conversation ay easy at natural, walang awkwardness o tension. Parang bumalik sila sa dati nilang mga pag-uusap sa library ng mansion. Nagkuwentuhan sila tungkol sa mga pelikula, sa mga libro, sa mga bagong gadgets. Pero alam ni Gabbi na may mas malalim na dahilan kung bakit siya inimbita ni Gordon. Ramdam niya ang anticipation sa bawat segundo.

****

"So," sabi niya pagkatapos nilang kumain, habang umiinom ng wine, "you said you needed to tell me something? Hindi ka naman yata mag-aaksaya ng oras at pera para lang mag-dinner, di ba?"

Tumango si Gordon, ang kanyang expression ay serious. Ang kanyang mga mata, nakatitig nang diretso kay Gabbi. "Yes. It's about our agreement."

"This is it," isip ni Gabbi. "Ito na ang moment of truth." Naramdaman niya ang slight tightening ng kanyang chest, isang mix ng anticipation at fear. Ang kanyang mga kamay, bahagyang nanginginig sa ilalim ng mesa.

"I've been thinking a lot about it, Gabriela. About what I asked of you years ago, and about how things have changed since then," Gordon says, ang kanyang boses ay thoughtful, measured. Ang kanyang mga salita, malumanay pero may bigat.

"And?" Hinihintay ni Gabbi ang verdict, hindi sure kung ano ang gusto niyang marinig. Ang kanyang hininga, tila huminto.

"And I've decided to formally — officially release you from our agreement. You're free, Gabriela. No strings attached, no expectations, no debt to repay. Wala ka nang dapat isipin. You are free," Gordon declares, ang declaration ay firm pero gentle. Ang kanyang mga mata, puno ng kalayaan.

Kahit na ito ang hinihintay ni Gabbi sa loob ng maraming taon, hindi niya maiwasang makaramdam ng... disappointment? Bakit ganoon? Bakit parang may part sa kanya na ayaw pang matapos ang connection nila ni Gordon? Ang kanyang isip, naguguluhan. Ang puso niya, may kung anong kirot.

"Just like that? After everything? After all the years na nag-isip ako kung kailan ka babalik para kunin ang 'utang' ko?" Ang tanong ay confused, hindi accusatory. May halong lungkot.

"Yes. Just like that." Tumango si Gordon, firm sa kanyang decision. Ang kanyang mukha, payapa.

"Pero... bakit? Why now? Why not before? What's your reason?" Kailangan ni Gabbi ng explanation, ng understanding. Ang kanyang mga mata, naghahanap ng kasagutan.

Huminga ng malalim si Gordon. Ang kanyang mga mata, ngayon ay nakatitig nang diretso sa mga mata ni Gabbi. Ang kanyang expression, vulnerable. "Because I've fallen in love with you, Gabriela. And love doesn't demand or coerce. It gives and it frees. It sets you free, even if it means letting you go." Ang kanyang boses, puno ng emotion.

* * * * * * * * * * *

Natigilan si Gabbi, hindi makapaniwala sa narinig. Ang confession ay unexpected pero somehow, deep down, hindi completely surprising. Ang kanyang puso, tumibok nang malakas.

"You... love me?"

"Yes. I didn't plan for it to happen. In fact, I tried to fight it. Ang daming beses na pinilit kong alisin ka sa isip ko. All I wanted was to save you from self-destructing. And I succeeded, didn't I? Pero living with you as you grow older, seeing your strength, your intelligence, your love for your family... I couldn't help but fall. Nahulog ako, Gabriela. Hindi ko sinasadya." Ang admission ay vulnerable, isang side ni Gordon na hindi pa nakikita ng marami.

"Gordon, I..." Hindi alam ni Gabbi kung ano ang sasabihin, kung paano i-process ang revelation na ito. Ang kanyang isip, naghahanap ng tamang salita, pero wala siyang makita.

"You don't have to say anything. I'm not expecting you to reciprocate. Alam kong mahirap. I just wanted you to know why I'm setting you free. It's not because I don't want you anymore. It's because I want you to be happy, even if that happiness doesn't include me. That's how much I love you, Gabriela. Enough to let you go."

Ang selflessness ng statement ay touching. Ang kanyang mga mata, puno ng lungkot, pero may pagtanggap.

Hindi alam ni Gabbi kung ano ang dapat sabihin. Sa loob ng maraming taon, inisip niya si Gordon bilang kontrabida sa kanyang buhay. Isang halimaw na bumihag sa kanya. Pero ngayon, nakikita niya siya bilang isang lalaking nagmamahal—tunay, honest, at selfless. Isang lalaking willing to let her go kahit na mahal niya siya. Aiiieee! Ang kilig, biglang bumalik, mas matindi pa kaysa dati.

****

"What if..." nagsimula si Gabbi, ang kanyang boses ay soft pero determined, "what if I want to stay? Not because of our agreement, but because I choose to? What if... gusto kitang makilala ulit, Gordon? As the man who loves me, not the man who owns me."

Nagulat si Gordon. Ang kanyang mga mata, nanlaki. Ang kanyang mukha, puno ng pag-asa.

"Gabriela, what are you saying...?"

"I'm saying that I need more time to understand what I'm feeling. But I know that I don't want to leave you...not yet. Maybe not ever. Maybe... we can start again? A real start, without any deals or agreements."

****

Ang admission ay scary pero liberating. Ang kanyang mga mata, puno ng pag-asa.

Ngumiti si Gordon, ang kanyang mga mata ay puno ng hope. Ang ngiti niya, totoo, malawak, at puno ng kaligayahan.

"Then stay, Gabriela. Stay as long as you want, leave when you want. The choice is yours. And I'll be here, waiting. Ready to explore this new beginning with you."

Sa unang pagkakataon sa loob ng maraming taon, naramdaman ni Gabbi ang tunay na freedom—hindi dahil wala na siyang kasunduan kay Gordon, kundi dahil may choice siya, at pinipili niyang manatili. Ang kanyang puso, puno ng pag-asa. Ang kanyang isip, puno ng bagong simula. Ang gabi, puno ng kilig.

Episode 47

Mga Lihim at Kape

Mga linggo ang lumipas, at unti-unting nagbago ang dy-namics nina Gabbi at Gordon. Parang dati, may invisible wall sa pagitan nila, puno ng tension at takot. Ngayon, nagmistulang bukas na pinto ang kanilang koneksyon, puno ng tawanan at pag-unawa. Wala nang takot, wala nang lihim na motibo. Sa halip, may genuine connection, may friendship, at may something more na unti-unting lumalago. Ang bawat tingin, bawat ngiti, ay may dalang bagong kilig.

After a grueling day ng pagsagot sa mga tanong ng kliyente at pag-finalize ng mga report, habang nagbabasa si Gabbi sa canteen ng office building, dumating si Gordon, na may dalang dalawang tasa ng kape. Ang afternoon is perfect—hindi magulo, may gentle breeze coming from the aircon na nagbibigay ng ginhawa, at ang mga bulaklak na nakapaligid ay in full bloom, nagpapabango sa hangin. Ang canteen, na dati'y lugar lang ng trabaho, ngayon ay parang isang secret garden.

"Coffee?" Inialok ni Gordon ang isang tasa kay Gabbi, ang kanyang ngiti ay malapad. Ang kanyang mata, kumikinang.

Ngumiti si Gabbi at kinuha ang isang tasa.

"Thanks. Ang bango naman nito! Parang galing pa sa farm ng mga engkanto."

Ang aroma ng freshly brewed coffee ay comforting at familiar, parang yakap sa kaluluwa.

Umupo si Gordon sa tabi niya sa garden bench. Ang kanilang mga balikat, bahagyang nagdikit, nagpadala ng kakaibang kuryente sa katawan ni Gabbi.

"Your father's check-up is later today, right? Do you want me to drive you all to the hospital? Para hindi na kayo mahirapan sa traffic."

"That would be great. Salamat, Gordon. Ang laki ng tulong mo sa amin, as in, sobra-sobra! Alam mo naman si Daddy, minsan gusto pang mag-tricycle para tipid, kahit may sakit. Pero sa'yo, mukhang susunod naman siya," Gabbi says, ang gratitude niya ay sincere. Si Daddy ay recovering well, pero regular pa rin ang check-up niya. Ang kanyang boses, puno ng pasasalamat.

Tahimik silang uminom ng kape, enjoying ang peaceful afternoon at ang company ng isa't isa. Ang silence ay comfortable, hindi awkward. Walang pilit na pag-uusap, walang sapilitang kuwento. Just the two of them, under the gentle hum ng aircon at ang amoy ng kape. Ang mga ibon, tila nakikisali sa kanilang katahimikan.

"Gordon?" Gabbi whispers, breaking the comfortable silence.

"Hmm?" Tumingin si Gordon kay Gabbi, ang kanyang expression ay open at attentive. Ang kanyang mga mata, naghihintay sa tanong ni Gabbi.

"Bakit mo ako pinili? I mean, maraming taon na ang nakalipas, bakit ako ang nilapitan mo with that... indecent proposal? Maraming tao naman, bakit ako pa? Hindi mo naman ako gaano kilala noon, di ba? Just your neighbor's little girl."

Ang tanong ay something na matagal nang gusto itanong ni Gabbi, isang katanungang bumabagabag sa kanya sa mahabang panahon.

Napaisip si Gordon bago sumagot, parang carefully choosing his words, baka may masabi siyang mali. Ang kanyang mga mata, lumilinga-linga sa paligid, tila naghahanap ng tamang salita.

"Honestly? Because I saw something in you that reminded me of myself when I was younger. That determination, that willingness to sacrifice for family. Yung tapang mo, yung pagmamahal mo sa pamilya mo... nakita ko sa'yo ang pagiging totoo. Something na bihira kong makita sa mundo ko."

"Really?" Nagulat si Gabbi sa sagot na ito. Hindi niya inaasahan ang ganitong personal na dahilan mula kay Gordon. "Hindi ko akalain na may ganyan ka palang side, Gordon. Akala ko puro negosyo lang ang nasa utak mo. Sheesh."

"Yes. When I first met you at that charity event where your mother was working, I saw how you were helping her, how protective you were of her. How you put your family first, before anything else. It reminded me of how I was with my own mother before she passed away. Kung gaano ko siya inaalagaan, kung gaano ko siya minamahal. You reminded me of her. Of us."

Ang memory ay clearly emotional para kay Gordon. Ang kanyang mga mata, lumungkot nang bahagya.

"I didn't know that about you."

Napansin ni Gabbi na very little ang alam niya about Gordon's past. Sa kabila ng lahat ng pinagsamahan nila, parang isa pa rin siyang misteryo.

"There's a lot you don't know about me, Gabriela. Just as there's a lot I don't know about you. Pero, I'd like to change that, if you'll let me. Gusto kong makilala ka pa, Gabbi. Higit pa sa isang client, higit pa sa isang tao na tinulungan ko. Gusto kong makilala ka bilang Gabriela, ang babaeng minamahal ko."

Ang invitation ay sincere, isang genuine desire to deepen their connection. Ang kanyang mga mata, puno ng hope at pag-asa.

Ngumiti si Gabbi. Isang tunay at malawak na ngiti, na umaabot sa kanyang mga mata. Ang kanyang puso, tila lumulutang sa hangin.

"I'd like that too, Gordon. Very much."

Ang hapon, nagpatuloy sa tahimik na pag-uusap, ngunit puno ng bagong pag-asa at kilig. Ang bawat sipsip ng kape, bawat sulyap, ay nagpapalalim sa kanilang koneksyon. Ang dating boss at ang dating "kontrata" ay nagiging dalawang taong nagtatayo ng isang bagong simula, isang simula na puno ng pagmamahalan at pagkakaibigan. Ang kanilang kuwento, malayo pa sa katapusan, at puno pa ng maraming hindi inaasahang twists at turns. Ang bawat pahina, puno ng bagong pag-asa.

The End

Epilogue

Sa mga sumunod na araw, linggo, at buwan, unti-unting nabura ang linyang minsang malinaw sa pagitan nila Gabbi at Gordon. Hindi na siya ang "girl in a gilded cage," at hindi na siya ang lalaking tila villain sa sariling teleserye.

Ngayon, they're just two people—figuring each other out, laughing in between awkward silences, and slowly, genuinely falling in love.

Walang kontrata.

Walang kasunduan.

Walang sapilitan.

Puro kusang loob.

Puro choice.

Ang choice ni Gabbi na huwag tumakbo palayo. At ang choice ni Gordon na hayaan siyang lumipad kahit kailan niya gustuhin.

****

Isang gabi, habang nasa rooftop sila ng bagong-bagong condo na pinundar na nila together—may pa-fairy lights, may pa-wine, at may cheeseboard na overkill kung tutuusin sa dalawang taong mas sanay sa tusok-tusok sa kanto—biglang naging tahimik si Gordon.

"Gabriela," he begins, his tone serious pero may halong kaba na parang naglalakad sa Lego.

"Hmm?" si Gabbi, habang busy pa sa pagkuha ng tamang angle ng cheese para sa IG story.

"Uy, wag muna. Di pa ako ready kung 'yan na 'yung proposal ah!"

Napatawa si Gordon.

"Hindi. I mean, not yet. Unless gusto mong i-accelerate?"

“Hoy!” sabay palo niya sa braso nito. “Magsalita ka na bago ko tuluyan kang ipagtabuyan.”

Nag-inhale si Gordon. Deep. Malalim. Parang may sinasala sa dibdib.

“Are you happy?” tanong niya. “Truly happy?”

Gabbi pauses. For once, hindi siya nag-panic. Hindi siya nag-overthink. Hindi siya nag-backread ng buong buhay niya.

She smiles.

“Yes, Gordon. I am happy.”

Gordon tilts his head. “Why? I mean... bakit hindi mo ginagamit ’yung freedom mo to run away? I gave that to you numerous times.”

“Exactly,” Gabbi answers, eyes twinkling. “You gave it to me. Kaya ko siya ginagamit. Ginagamit ko ’yung freedom ko... para piliin kang mahalin araw-araw.”

Gordon looks at her, stunned, like someone just unplugged his brain.

“Aaaand I have no comeback for that. Wala akong witty retort. Naubusan ako. Help.”

Gabbi grins. “Tanggapin mo na lang, sir. You’ve been emotionally defeated. Ako na ang panalo sa heart-to-heart.”

Ngumiti si Gordon, ’yung tipong ngiti na hindi corporate, hindi polite—’yung ngiti na pang-Gordon lang kapag kay Gabbi.

“I love you, Gabriela. Not as a project. Not as a promise. But as you.”

“I love you too, Gordon. Not because you saved me. But because you saw me when I didn’t even see myself.”

Tahimik. Walang background music. Pero parang may fireworks sa ilalim ng balat ni Gabbi.

Sa ilalim ng mga bituin, sa balcony kung saan mas kita nila ang billboard ni Piolo kaysa ang buwan, nagtagpo ang labi nila sa isang halik. Walang sapilitan. Walang deadline. Walang expiration date.

Isang halik na parang sinasabing: "Kahit anong mangyari, I'll be here... unless magpa-bangko ka ulit ng feelings at iwan mo na naman akong ghosted sa mansion."

Pero si Gabbi, ever the realist, ever the hilarious overthinker, nararamdaman pa rin paminsan-minsan 'yung impulse.

One time, habang nagpe-pedicure siya at naglalagay si Gordon ng face mask sa tabi niya, bigla siyang napabulong:

"Someday, I'll still escape..."

Napatingin si Gordon, kunot-noo.

"Baka bukas. O next week. Or maybe when I turn 50. Or... kapag 100 years old na ako. Hihihi!"

Pinisil ni Gordon ang ilong niya. "Ayan ka na naman. Gusto mo talaga akong ma-heart attack, no?"

Tumingin siya sa bracelet na suot pa rin niya. Hindi na ito tanikala. Hindi na rin siya paalala ng sakripisyo.

"Hihihi! Ang cute mo pa rin. Bwisit."

Ngayon, ito ay isang kwintas ng alaala—kung paano siya pinilit ng buhay na maniwala sa sarili niya... at kung paano siya pinili ng isang tao, hindi para ikulong, kundi para suportahan siya sa bawat desisyong gusto niyang gawin.

Ngayon, hindi na siya nagmamadali. Hindi na siya takot. At hindi na siya nagpapanggap.

Sa ngayon, pinipili niyang manatili—hindi dahil kailangan niya, kundi dahil gusto niya.

At sa ngayon... sapat na 'yon.

Sapat na sapat.

www.ingramcontent.com/pod-product-compliance
Lightning Source LLC
LaVergne TN
LVHW050851051026
849532LV00006BA/2195